வா(ழ்க்)கை கால(ள)ம்

AF519169

Published By

Vaagai Kaalam

Edited by Abitha

Published by : Poetry World Org.

Publisher's Address : Haryana

Printed under PWO in India

All rights are reserved. No part of this publication may be reproduced, stored in a retrieval system, or transmitted, in any form or by any means, electronic, mechanical, photocopying, recording or otherwise, without the prior written permission of the publisher. The author asserts the moral right to be identified as the author of this work. Special credits to Dr.Niveditha and Dr.Nitin Chopra.

Edition : I (2021)

ISBN (Paperback) - 9789390724123

Book Design by POETRY WORLD

Copyright © Abitha

POETRY WORLD ORG 2021

வா(ழ்க்)கை கால(ள)ம்

தலைமை தொகுப்பாளர்

பார்கவி சிவபிரகாஷ்

தொகுப்பாளர்

ழஞுங' (கலாம் நேசகி

அபிதா)

வா(ழ்க்)கை கால(ள)ம்

கூலித் தொழில் பற்றியும் கூலித் தொழிலாளி வாழ்க்கையின் இன்ப துன்பங்கள் மற்றும் சிரமங்கள் பற்றியும் கூறுகிறது இக்கவிதை திரட்டு.

தலைமை தொகுப்பாளர்

இவள் திருமதி.பார்கவி சிவபிரகாஷ், மஞ்சள் மாநகரமான ஈரோட்டை சேர்ந்தவள். இவள் புனைப்பெயர் "கவியின் கவிதை". கணிதவியல் முதுகலை பட்டம் முடித்தவள். இன்று தன் கனவுகளை முழு மனதோடு ஆர்வமாய் பின் தொடர்கிறாள்.

தனது இன்ஸ்டாகிராம் பக்கத்தில் *(@kaviyinkavithai)* ஏறத்தாழ *2500*க்கும் மேற்பட்ட குறுங்கவிதைகள், நீள்கவிதைகள் பல புனைந்துள்ளார். *Spectrum of thoughts*ல் இணை எழுத்தாளராகவும், தன் முதல் கவிதை திரட்டான "*Enticement of fondness*/காதலின் தாகங்கள்" தொகுத்துள்ளார். இப்பொழுது *Poetry World Organisation*ல் தலைமை தொகுப்பாளராய் பல கவிதை திரட்டினை வழங்கி வருகிறார்.

தொகுப்பாளர்

'தென்றல் கவிழ்ந்து ஓடும் நீரில் விழுந்து, பூ குவியல் போல் நீர் குவிந்து, அசைந்து ஆடி உல்லாச பயணம் கொண்டு அழகை வர்ணிக்கும் வகையிலே இருக்கும் தென்பெண்ணை ஆற்றின் ஓரத்திலே "மணம்பூண்டி" என்ற சிற்றூரில் குடிக் கொண்டுள்ளார்.

"சிறுகத்து வேண்டும் பணிவு;

பெருக்கத்து வேண்டும் உயர்வு"

என்ற வள்ளுவன் கூற்றுக்கு இணங்க வாழ்ந்த, என் காதல் கலாம் அவருக்கு ராஜா என்று கூறுவதில் பெருமை கொள்கிறார்! தனித்து வாடும் எழுத்துக்களை சொல்லாக்கி! குறுகிய சொல் நீட்டி வரியாக்கி! என் எழுதுகோலால் வரியை உயிராக்கி! தாய் தமிழுக்கு என்னை உரிமையாக்கி! "தமிழ் அழகை நேசிக்கும் நேசகியாய் விளங்குகிறார் "ழகுங'(கலாம் நேசகி அபிதா)". இவர் இளம் பேச்சாளர்.

கூலியின் கூற்று

தலைக்கனம் இருக்கலாம் ஒருவனுக்கு!
தலையில் கனம் இருப்பது கொடியது!
வாழ்க்கை ஒரு வட்டத்தில் அடங்கிய அவலம்!
முழுமதிக்குக் கூட ஒரு நாள் மட்டுமே வேலை!
இவனுக்கோ,
அவன் வாழ்வு முழுவதும் வேலை!
கொடுமையின் உச்சக்கட்டம் அல்லவா?இது!
தினந்தினம் திண்டாட்டம்!
வரலாற்றில் பற்பல போராட்டங்கள்! வரலாறே
போராட்டங்கள் ஆயின!
வரும் வழியெல்லாம் கரடுமுரடுகள்! தடுக்கினால்
உத்திரவாதம் கூட இல்லா நிலைமை!
வாழ்வு அகலம்! வாழும் வழியோ மிக குறுகியது!
மின்மினிப்பூச்சி வெளியிடும் ஒளியோ இவனது
வாழ்வின் ஒளி!
தினம் ஒரு வேலை இல்லையெனில் இல்லை கூலி!
ஊரெல்லாம் சுற்றித்திரிந்து கிடைத்த வேலையில்
சிறுகச் சிறுகச் சேமித்ததில் பெருவெள்ளம் என்று
எண்ணுகிறீர்களோ?
முற்றிலும் இல்லை! பசி, பட்டினி, நிம்மதி யற்ற
தூக்கம்,
இதோ இவையே இவனுக்கு பரிசுகள்!

- முஞங' (கலாம் நேசகி அபிதா)

உள்ளடக்கம்

அநீதி அற்ற ஆறடி நிலம்

வாழ வழியில்லை
நாட்டில்
உண்ண உணவில்லை
வீட்டில்
ஊரடங்கால் தந்த
கூலியும் முடங்கி போனது
பிணத்தில் கூட
அரசியல் செய்யும்
கட்சிகளின் மத்தியில்
உலகம் முடங்கி
கிடக்கும் வேலையில்
பசி கொடுமையால்
அநீதி அற்ற ஆறடி
நிலத்தில் அமைதியாக
உறங்க செல்கிறேன்
ஏழைத்தாயின் குமுறல் குரல்!

விஜய் கண்ணையராஜ்

அரைஞாண் வயிற்றுக் கூலி

தூக்கங்கடந்து
ஒரு வேலை கூழுக்கும்
அரைஞாண் வயிற்றிக்கும்
சுருங்கிய தோலுடன்
அயராது வியர்வைக் கொட்டி
உழைப்பினை எய்தி
அறுந்து தொங்கும் ஆடையில் உள்புகுந்த
தேனீக்களுடன் நிகழ்ந்த யுத்தம்
யாவும் பெரும் பொக்களமாக தேனீக்கூடாய் ஆகி
தறிக்கொண்டு வறுமையினை விரட்டி
ஊழல் மன்னர்களால் பெரும் ஆழத்தில் சுரண்டப்பட்டு
நாழிகையினைக் கெட்டியாக பிடித்து
ஒவ்வொரு நாட்களையும் வேட்டையாடுகின்றனர்!

ப.ஹெரிணி

(kaviyin_kadhali)

அழியாத வறுமை

இரவில் கிடந்தோம் உறங்காமல்
விடியல் வரப் போகிறது எங்களுக்கல்ல
உலகம் உழைக்கத் தொடங்கிற்று
நாங்களும் உழைத்தோம் உயர்வுக்கல்ல,
உணவுக்கு, அதனால் வாழும் உயிருக்கு
அவ்வுயிரால் வாழும் மக்கட்கு!
காலை முதல் வேலை
அன்றைய சம்பளம் மாலை
உடல் உழைப்புக்குத் தகுமோ - குடும்பத்தார்
வயிற்றுக்கு உணவேக மீறுமோ?
அசதிக்கு உறக்கம்தான் வருமோ - அன்றி
அழியாத வறுமைக்கு மனம் வாடுமோ? - இந்நிலையில்
இரவில் கிடந்தோம் உறங்காமல்
விடியல் வரப் போகிறது
அது எங்களுக்கல்ல!

அ. முகிலன்

இருளின் ஏகாந்தம் என்னுள்ளே

விடியும் கதிரவன் விரைவென விரிந்து விஸ்தரித்து
விட்டான்,
ஒளி பட்டு மலர்ந்த விழி மொட்டு,
மணி ஒலி கேட்டு எழுந்தேன் துயில் விட்டு,
துரிதகதியில் தூய்மையாகி,
துவைத்த ஆடைகளை அவசரமாய் புகுத்தி,
ஒப்பனைகளை ஓரளவு திருத்தி திடு திடு ஓட்டம்
ஆரம்பிக்கவே...
நாள் தொடங்கிற்று,

காலை உணவு காணாமல் போக,
மதிய உணவு மந்தமாய் ஆக,
இரவு உணவுக்கு இரவல் கேட்க
முடிகிறது நாள்.

இடைப்பட்ட நேரத்தில் இன்னல்கள் இல்லாமலில்லை,
கூலிக்கு கேலிக்கும் பஞ்சமில்லாமலில்லை,
ஒலி, ஒளியோடு தொடங்கி வெளிச்சத்தை கண்டாலும்,
கூலி கேலியோடு இருளையே கொள்கிறேன் நானும்
என் மனமும்!

Gopi Ramachandran

இல்லத்துழைப்பாளி

மூன்று முடிச்சி போட்டவன் வீட்டுக்கு - மகாலச்சுமி
முப்பொழுதும் உழைக்கிறாள்!
பகலவன் உதிக்கும்முன் எழுந்தவள் - இரவுமகன்
வந்தும் இழப்பாறவில்லை!

தேவைக்கு உடல் கொடுத்து,
விந்துக்கு உருவம் கொடுத்தும்,
அவள் வங்கி கணக்கில் பணமில்லை!
மூன்று நேர உணவை
ஊதியமாய் பெற்று உழைக்கிறாள்.

அவளின் வீட்டில் ஊதியமின்றி
உழைக்கும் கூலி தொழிலாளியாய்
பணியமர்த்தப்பட்ட பட்டத்தாரி அவள்!

Indhurathi

இவன் மனிதனா

நான் பார்த்திருக்கிறேன்,
செங்கல் தூக்கியசிறுவனுக்கு,
பொறிஉருண்டை கூலியானதை
மனைவியின் மருத்துவ செலவிற்க்கு காசு கேட்டவனை,
நாளை வாங்கிக் கொள் என்று சொல்லி
அனுப்பியவனை!
படிப்பிற்காக கடன்கேட்ட கூலிபெண்ணிடம்,
நான் பார்த்துகொள்கிறேன் என்று தடவியவனை!
பொதி இழுக்க முடியாமல் சாய்ந்து கிடந்த
மாட்டிற்க்கடியில் தீயை வைக்கிறார்கள்,
இவனுக்கும் சிலர் தீயை வைக்கின்றனர்.
சுடுசொல்லினால் ,மீட்டர் கடனால்,பணக்காரப்
பகட்டால், ஜாதியினால்.
அனைத்து திசைகளிலும் தீ சுற்றி எரிகிறது,

வாழ்நாள் முழுதும் உடலில் வழிந்த வியர்வையாலும் -
அதை அணைக்க இயலவில்லை - எனவே
அவன் தனக்குள் ஒரு மதுவைஊற்றிக்கொள்கிறான் -
அவன்மனைவி
ஒருபடி மேலே சென்று தன் மேலே தீயை
ஊற்றுகிறாள்.
தீயை அணைக்க வந்தவர்கள் சொல்கிறார்கள்,
"இவன் எல்லாம் ஒரு மனிதனா என்று!"

E. Nivedha

இன்பமான இதயம்

விழிநீர் சொட்ட சொட்ட,
வியர்வைத்துளி முட்ட முட்ட,
கால்கள் இரண்டும் கடுகடுங்க,
கைகள் இரண்டும் நடுநடுங்க,
மூச்சுக் காற்றும் முந்திப்போக,
மூளை நரம்பும் மூண்டுபோக,
உபகாரம் தேடி, உபதேசம் கண்டு,
உணர்வற்ற உருப்பொருளாகி,
காண்போருக்கும் கதைப்பொருளாகி,
கயவனுக்கு விதைப்பொருளாகி,
செயலில் வீரியமாகவும்,செயலற்று விமர்சனமாகவும்,
வீடுசேறும் வரை விசாலமான காட்சிகள் கண்ணெதிரே
கண்டாலும்,
கதியற்று, காட்சியுற்று நின்றாலும்,
கைகள் ஏந்தும்சிறு கூலிகொண்டு,
இன்பமாய் பயணிக்கும் இதயம்
யாம் அல்லவோ!.

சக்திவேல் மாரியப்பன்

உயிருள்ள சுமைதாங்கி

வைகறைப்பொழுதிலே தொடங்கடும் இந்த போர்!
தினங்கள் பல கடந்தும் நின்றிடாது தொடர்ந்து
கொண்டே இருக்கும்
தூக்கமும், பசியும் துரத்த
தொடரும் பல நாட்கள்!
சுமைகள் அதிகம் தான் என்றாலும்,
சுகமாய் சுமக்கிறேன் சுமைதாங்கியாக!
நெஞ்சில் சுமத்திட்ட எனக்குரியவர்களுக்காக தானே!
அவர்கள் முகத்தில் பூக்கும் அந்த புன்னகை பூவை
காணத்தானே!
வலிகள் நிறைந்த வாழ்வு அது!
வசதிகள் இல்லை என்றாலும்,
வசதியான சிரிப்பு உண்டு.
வானுயர்ந்த இல்லம் இல்லை என்றாலும்,
நிம்மதி நிறைந்த குடிசை உண்டு.
காலம் முழுவதும் கால் வயிற்று கஞ்சிக்காக தான்
வாடினாலும்,
நெஞ்சில் இருப்பவர்களுக்கா அனுதினமும் அயராது
உழைத்து கொண்டே இருப்பான்.
எத்தனை ஆண்டுகள் ஆனாலும் அவனுக்கு அதே
சொற்பரூபாய் மட்டுமே சம்பாத்தியம்!

தெட்சிணாமூர்த்தி.ந

உழைப்பாளிகளின் குரல்

கடலோரம் இருக்கும் வரை அலை அழகு
கடமை தவறாது உழைக்கும் உழைப்பாளிகள்
உழைப்பிற்குச் சான்று,
உழைப்பின்றி ஓர் அணுவைக்கூட அசைக்க முடியாது.
முயற்சியும் உழைப்பும் இருந்தால் மலையைக் கூட
நாம் அசைத்துவிடலாம்.
அல்லும் பகலும் வேலை செய்தாலும் உணவுக்கே
சரியா இருக்கு
அதிகால கண்விழிச்சி வேலைக்குப் போவோம்.
அடிக்கடி ஏழ்மையின் பிடியிலே சிக்கி பசியைச்
சந்திச்சோம்
வேர்வை சிந்தி லாபம் என்ற உரத்தை முதலாளிக்குப்
போட்டோம்
கடைசி வரை வெறுங்கையோட வீதியில் நிக்கிறோம்.
கண்ணீரை மட்டும் பார்த்த கண்கள் என்றைக்குத் தான்
சந்தோசத்தை
பார்க்கபோதோ காவயிறு கஞ்சியிலே காலத்தை
ஓட்டிட்டு இருக்கோம்.
கருவறையிலிருந்து எங்கள பின்தொடரும் ஏழ்மையைத்
துரத்த ஓயாது போராடியும் தோல்விதான் மிச்சம்.
கூலி தொழிலாளர்களின் வாழ்க்கை கனவு காண்பதிலே
நகர்கிறது.
காளம் நிறைந்த வாழ்க்கையை வாழ்கின்ற கூலி
தொழிலாளர்கள்,
வாகை சூட்டபடவேண்டியவர்கள் உழைப்பு உரம்,
உழைப்பாளிகள் உலகின் வரம்.

Dhayaalini Gunasaigaran

உழைப்பின் ஓலம்

தன் வியர்வைத் துளிகளில் இவ்வுலகை
சிவக்கவைக்கும்
செஞ்சேனை முத்துக்களே!
உழைத்து உழைத்து பரிணாமத்திற்கு வழி வகுக்கும்
இரத்தச்சுவடுகளே!
தன் இறுகியதசையிடம் கேளுங்கள்,
தன் புடையுற்ற நரம்பிடம் கேளுங்கள்!

நம் வீட்டுக்கு உலைவைக்கத்தான், நம் நேரத்தை
விலைபேசினோம்?.
கேளுங்கள்! உழைக்கும் தோழர்களே!
நமக்கிழைக்கப்படும் அநீதிகளைக் கேளுங்கள்!
ஓலங்களை விலைபேசும் சமுகமே!
பாலினவேறுபாட்டுக் கூலிக்கோர் தீர்வு எங்கே?

உழைப்பின் வியர்வைக்கு தூண்டில்போடும் சமூகத்தை
கேளுங்கள்!
சாதி, மதம், இனங்களை களைந்திடுகள்!
உழைப்பாளர்களுக்கு தாய்நாடோ,
இரத்தச்சொந்தங்களோ வேண்டாம்,
இச்சமூகம் கற்பிதனங்களுக்குள் நம் எண்ணங்களை
சுருக்கவேண்டாம்!
உண்மையான உழைக்கும் தொழிலாளிகளுடைய
ஒன்றிணைவை
எதிர்நோக்குங்கள் தோழர்களே!

செந்நிறன்

என் கூலிக்கார நண்பரே!

வைகறையில் வாச தெளிச்சு
நண்பகலில் சோறு உண்ணும்
என் கூலிக்கார நண்பரே!
வட்டி மேல வட்டி வாங்கி
குட்டிக்காக நாம சேத்தா
திட்டம் போட்டு திருடுறான்!
என் கூலிக்கார நண்பரே!
அடுத்தநாளு சோத்துக்காக
எலியத் தேடி அலையுறோம்!
பாம்பு வந்து நிக்குது!
அது உரிமை கேக்குது!
அப்போ நமக்கு இங்கு பட்டினி!
நம்ம முதலாளி சாப்பிட சட்னி!
இந்த நிலை மாறணும்.
சம உரிமை கிடைக்கணும்,
ஏற்றத் தாழ்வை ஒழிக்கணும்,
அதற்கு கல்வியை இறுக்கிப் பிடிக்கணும்!

பா.பிரியன்பாபு

ஏழைக்கூலியின் எண்ணம்

குடும்ப பாரம் சுமக்க
கூப்பிட்ட வேலைக்கெல்லாம் செல்லும்
கூலித்தொழிலாளி நானல்லோ!

பெற்ற பிள்ளைகளின் புன்சிரிப்பிற்காக
பிழைப்புத் தேடி ஊர் சுற்றும்
பொறுப்புள்ள தகப்பனும் நானோ!

நாடெங்கும் ஊரடங்கு எனினும் குடும்பத்தை
நடுத்தெருவுக்கு இட்டுச் செல்லாத
நம்பிக்கை நாயகனும் நானோ!

இழப்பதற்கு ஏதுமில்லை என்ற போதிலும்,
இருப்பதை வைத்து இன்பம் காணும் எளிய குடிசை
வீட்டு குடிமகனும், நானோ!
எல்லாமே என் குடும்பம் என்றிருந்த என்னை
இடிந்துபோய் நிற்க
வைத்த இப்பெருவெள்ளத்தை எண்ணி
என்ன நான் செய்வேனோ?

செ. கார்த்திகைராஜ்

ஏற்றம் காண ஓட்டம் குறையா வாழ்வு

அல்லும் பகலும் அயராது உழைக்கிறேன்,
அரைசாண் வயிற்றை நிரப்ப!
தேய்பிறையாய்த் தேய்கிறேன்,
குடும்பத்தின் தேவையைத் தீர்க்க!
வாழ்நாள் அனைத்தும் வலியோடு கழிக்கிறேன்,
வாட்டும் வறுமையை ஓட்ட!
உழைத்து கரங்கள் கறைபடிகின்றன,
பிழைத்து ஒருபோதும் கறைபடிந்ததில்லை!
உழைப்பனைத்தும் காந்தி நோட்டாய் ஒழிகிறது,
முதலாளியின் சொத்தில் கருப்பு நிறமாய்!
வருமானத்தில் பாதி வரியாய்ப் போகிறது,
அரச கசானாவில் வெள்ளை நிறமாய்!
இருந்தும் இடையராது உழைக்கிறேன்,
வாழ்க்கைத் தரம் உயர!
உறுதுணையாய் நிற்கிறேன்,
பிள்ளையின் கனா மலர!

மு.பிரபாதேவி

ஏன் மறந்தோம்

எங்கோ பிறந்தோம்
எங்கோ வளர்ந்தோம், இந்த
ஏழை நெஞ்சனை, ஏன் மறந்தோம்?
ஊருக்கெல்லாம் உழைக்க
உயிரைக்கூட கொடுப்பான், அவன்
தன்னுயிர் கொடுத்து, நம்முயிர் காப்பான்!
உழைத்து களைத்து தோய்ந்து போனாலும், இவன்
விரும்பி உண்ணுவதோ கூழும் கஞ்சியுமே!
நாலுபக்கச் சுவர் கொண்ட
மாளிகை எதுவும், அவன் அழகு குடிசைக்கு ஈடாக
முடியாது!
இத்தகு சிறப்புமிக்க மண்ணின் மைந்தனை
நாம் எப்போது மறந்தோம்? உழவனை மறந்த நாம்
என்றாவது உண்ண மறந்தோமா?
நாளும் நாம் உண்ணும் ஒவ்வொரு உணவிலும்
உழவனின் உழைப்பு உள்ளது என்பதை என்றும்
மறவாதே!

மகா கணபதி க

ஒரு கூலித்தொழிலாளியின் குமுறல்

மாடி மேல மாடி கட்டி
ஆள நானும் நினைக்கலியே!
மாடமாளிகையில வாழ
நானும் உழைக்கலியே!
கூலித்தொழிலாளியின்னு ஏளனமா பார்க்குறியே!
பணத்துல இல்லையய்யா உன்
குணத்துல இருக்குதைய்யா முதலாளித்துவம்!
கூடகோபுரமா நான் கேக்குறேன்?
கொஞ்சம் மனசுக்கு நிம்மதிதானய்யா கேக்குறேன்!
தப்பித்தவறியும் கூட தப்பெதுவும் செய்ததில்ல!
கூலிக்காக ஏங்குறேனே என்
குடும்பத்தையும் பார்க்கனுமே!
உடலும் மனசும் வாடி வதங்கி வேண்டுறேன்
இறைவா நிம்மதியை கொடு என்று!

முகவை பசிவபிரகதீஷ்.

ஒரு கூலியின் கனவு

அதிகாலை தொடங்கி அந்தி சாயும் நேரம் வரை
அயராது உழைப்பேன்
ஊதியமதுவோ ஒரு வேளை உணவிற்கே பத்தாது..
உணவில் ஏதும் சிறப்பில்லை
குடிக்க கூழும் கடிக்க மிளகாயும் மட்டுமே
படிக்கும் பிள்ளைகளுக்கு மட்டும்
அரிசி சாதமும் துவையலும் உண்டு.
உழைத்து உழைத்து ஓய்ந்து விட்டது உடம்பு.
இருப்பினும் தொடர்ந்து உழைப்பேன்
என் பிள்ளைகளை உயர்த்தும் வரை
ஒரு நாள் என் பிள்ளைகள் படித்து பெரிய பதவிக்கு
வந்து
என்னை காப்பாற்றுவர்
என்ற நம்பிக்கையில் கழிகிறது ஒவ்வொரு நாளும்...
நான் பட்ட கடினத்த என் புள்ள அனுபவிக்க
கூடாதுன்னு நினைக்கையில வெறி வந்து உழைக்க
தோணும்
உழைப்பேன் உயிர் உள்ள வரை!

கவிச்செம்மல்.ஆ.நித்ய கல்யாணி

கட்டில் இல்லா உலகம்

புழு கலகம் செய்த ரேசன் அரிசி கிலோ பத்துக்கு
எண்ணெய் சக்கரை தேவையில்லை என் ரொட்டிக்கு
கேஸ் மானியம் தேவையில்லை மண்ணெண்ணெய்
லிட்டர்
அறுபது மட்டுமே மாமி வீட்டில்
பெரிய காரை வீடு தான் கட்டில் இல்லா உலகம் என்
வீடு
டைல்ஸ் ஒட்டி முடிக்கும் வரை சிமெண்ட் கறைப்
போன
துவைத்த துணி என் வாரஇறுதி மாலைக்கு
வார ஒரு நாள் பாய் கடை பிரியாணி சின்ன
பீஸூடன்அதே விலைக்கு
பாக்கெட் முழுசும் லாபம் கரைந்து போகும்
கணேஷ் பாக்கெட் வழியே திட்ட தெரிந்தவன் எல்லாம்
என் முதலாளியே மானம் இல்லை என நினைக்க
வேண்டாம்
சொந்த ஊரில்அடகில் உள்ளது பொண்டாட்டி அழகா
இருப்பா
புள்ள பொறந்துட்டா இங்க வந்துதான் பெரியாஸ்பத்ரில
ஆதார் அட்டை இல்லை அண்ணாச்சிக்கு ஒட்டுன
டைல்ஸ் வழியா அறுநூறுக்கு வீடுகிடைச்சிருக்கு
மழை வந்தா ஒழுகுமாம் அதான் செகண்ட்ஸ் கட்டிலை
தேடி அலைகிறேன் சிமெண்ட் கறையோடு!

கொம்பு குருவி *(Irfan)*

கடின உழைப்பு

வாழ்க்கை என்ற போர்க்களத்தில்...!!!
வாழ்வாதாரம் என்ற ஆயுதம் சுமக்கும்
கதாபாத்திரங்கள் ஏராளம்.
காலத்தின் பாதையில் ஒவ்வொரு மனிதனுக்கும்
ஒவ்வொரு பாதை அதில் கொஞ்சத் தூர வாழ்க்கை.
ஒரு வேளை உணவுக்காக நேர்மையாக போராடும்
வரை உலகம் எம்மையும் மனிதனாக மதிக்கும் இல்லை
என்றால் அவர்களின் கால்களுக்கு கீழே யாசகம் என்ற
சொல்லை வைத்துக் கொள்ளவே எப்போதும்
விரும்புகிறார்கள்.
பூக்களை கொடுத்து விட்டு புன்னகையை வாங்கும்
இப்படிப்பட்டவர்களின் வாழ்க்கை இறைவனுக்கு
மிகவும் பிரியமான காவியம்!

PremKumar.T

கண்ணீரின் குரல்

வார்த்தை நெடிலாயினும்
வாழ்க்கை குறிலே!
வலிகள் உயிரெடுப்பினும்
வலிமை உயிர்ப்பிக்குமே!
கணங்கள் சுமப்பதோடு கனவுகள் சுமக்கிறோமே!
வேடம் கொண்ட உதிரமும்
வியர்வையாய் நிலம் தொடுதே!
சிதைந்த மனமும் ; சில்லரை உண்டியலும்
வளர்ந்த கடனால் உடைப்படுதே!
பண்டிகை நாட்களை
சிரிப்போடு ஏக்கமும் பங்கு போடுதே!
எந்நிலை மாறாதோ! எனும்
குரலிழந்த கூலியின் கூவல் ஒலிக்குதே!
எடுத்த சிறு புகைப்படத்திடம் கெஞ்சுகிறேன்
நினைவான நீ நிரந்திரம் ஆகிடாதே!

வீ.சபரிகிரிநாதன்

கண்முன் கடவுள்

தோற்றம் பார்ப்பதற்கு ஏழை போல் இருந்தாலும்
மனதளவில் கோடிஸ்வரர்கள் அவர்கள்
வேர்வை என்னும் முத்தை உதிர்த்து
கடலில் நீந்துபவர்கள் அவர்கள்
கயிற்று கட்டிலில் தான் உறங்கினாலும்
அரியாசனமாய் தெரியும் அவர்களுக்கு
சந்தர்ப்பங்களுக்காக மாறாமல்
எப்பொழுதும் ஒரே நிலையாக இருப்பவர்கள்
இவர்களின் நேர்மையை அளந்து பார்க்க
அளவுகோல் எதுவும் இல்லை...எல்லாமே அன்பு
மட்டும் தான்
இவர்கள் புன்னகைக்கு புவியே தலைவணங்கும்
பூவில் இருக்கும் வாசம் இவர்கள் மீது வீசும்
ஆனால் அது வியர்வையாக
பசிபொறுத்து பலபேரின் பசிபோக்கச் செய்திடுவான்
இவர்களை நாம் இறைவனாக மதிக்காவிட்டாலும்
மனிதர்களாகவாவது மதிக்க வேண்டும்
தொழிலாளர்களை மதிப்போம்!

Fathima Hilma

கனம்

தினம் செத்து தினம் பிறக்கும்
நாங்கள் யாரென்று நீர் அறிவீரா.!
மனித மலம் அள்ளும் வாழ்வை
மனம் நொந்து ஏற்றோம்.!
கட்டடக் கல் சுமந்த பாரம்
கருப் பிள்ளையின் சிரம் வந்து ஏறும்!
ஊர் கழிவுகளை கை அள்ளும் நேரம்
கரையானாய் மனவோரம் ஊறும்!
களை எடுத்து கதிர் அறுத்து
இடுப்பொடிய நின்றோம்
கைக்கூலி வாங்கித்தான்
கஞ்சியதனைக் கண்டோம்.!
அழுக்கு துணி துவைத்து
வெளுப்பாக்கித் தருவோம்!
எங்கள் துயர் துடைக்க
எழுவாரும் யாரோ.!

திருமதி. மைவ. சிதம்பரம்

கனா வேந்தன்

முத்து முத்தாய் - வேர்வை
முகமெங்கும் முத்தமிட
முதுகு வலி என்ன,மூட்டு வலி என்ன;
கத்திரி வெயிலிலும் கால் கடுக்க வேலை செஞ்சு;
கடைக்குட்டிக்கு பிடிக்குமேனு
கடலைமிட்டாய் வாங்கிக்கிட்டு;
களைப்போடு நடந்து போயி கதவைத் திறக்கயிலே;
கடலைமிட்டாய் பார்த்ததுமே
கடைக்குட்டி முகமலர பார்க்கயிலே!!!
களைப்பெல்லாம் பறந்தோட;
கால் வயிற்று கஞ்சியோட
கயத்து கட்டிலில காத்தாட தலைசாய்க்க;
என்றும் போல அன்றும் கூலி இவன்
குடிசைமாற்றி கோபுரம் புகுந்தான்
கனா வேந்தன் கண்ட கனவதிலே!

சாரல் துளிகளின் சன்னல் காதலன்

கிழவனும் கூலியும்

விண்ணும் மண்ணும் ஒன்னு
வெயிலும் வேர்வையும் ஒன்னு
மழையும் மனமும் ஒன்னு
பச்சையும் பாசியும் ஒன்னு
சேறும் சோறும் ஒன்னு
உணவும் உழைப்பும் ஒன்னு,
உழைக்க மறந்தது இல்ல
உணவளிக்க தவறுனது இல்ல
ஏறுஉழுவ சோர்ந்ததும் இல்ல
ஏறுதழுவ களைத்ததும் இல்ல
பாதிநேரம் வெறுமையே கதி
மீதிநேரம் வறுமையே விதி!
அவனுக்கு உழைப்பில்லையெனில்
எவனுக்கும் உணவில்லை!

R.Subashini

குழந்தைத் தொழிலாளி

மதுக் குடுவையில் மூழ்குகிறான் தந்தை
மூச்சு வளர்க்கக் காலிக் குடுவைகளை
கூலிக்குப் பொறுக்கி விற்கிறான் மகன்! மண்ணில் பூத்த
மழலைப்பிஞ்சு பசி துரத்த கூலித்
தொழிலாளியாகிறான்!
காந்த விரல்களில் கந்தகம் பூசி கூலிக்கு எறியும்
தீக்குச்சி ஆகிறான்!
சுண்ணக்குச்சிப் பிடித்த விரலில் சுண்ணாம்பு குச்சிப்
பிடித்து வறுமைக்கு வெள்ளை அடிக்கிறான்!
முல்லுக்குக் கால் தந்து வாரில்லாச்
செருப்பாய் நைந்து போகிறான்! செப்பு விளையாட
வேண்டியன் பத்து
பாத்திரம் கழுவி சுத்தம் செய்கிறான்! சூலைச் செங்கல்
அறுக்கையில் தன் கனவுகளையும் அறுத்து வேக
வைக்கிறான்!
மணம் வீசும் மலர்களை மனம் செத்தவன் ஓடி வந்து
விற்கிறான்!
கால் கூலிக்குக் கர்ணமடிக்கிறான்
கடிகார முல்லாய் ஓடித் தேய்கிறான் 'டேய் கூலி' என்ற
விளிப்பில் தன் பெயர் தொலைத்து விடுகிறான்!
ஒளி விற்று இருள் வாங்கி குழந்தைத் தொழிலாளி
ஆயுள் முழுதும் சேமிக்கிறான்!
கண்ணீரிண் சொத்தாகி வறுமைக்குத் தத்தாகி
கிடைக்கும் கூலிக்குத் தன்னை விற்கிறான்!

S. Mohan Raj

குழிக்குள் இறங்க தயாரா

மேல் நோக்கி பார்க்க சொன்ன
சமூகம் - குழிக்குள் இறங்கும்
கூலியின் கூட்டத்தை மறந்து விட்டதா
இல்லை மறைத்து விட்டதா
குழிக்குள் இறங்கியவன் அடுத்த தலைமுறை பற்றிய
பெரும்
கனவை வடித்து - சிகரம் சேர்க்க போராடுகிறான்
போராட்டம் எளிதல்ல பெரும் அசிங்கங்கள் சுமந்து,
அரசாங்கம் சுமத்தும் சுமை சுமந்து,வியர்வை வடிக்க
உழைத்து,
அவன் வலிகளை அவனுக்குள்
புதைத்து,போராடுகிறான் .
போராட்டத்தின் வெற்றி கிடைக்கும்
வரை அவன் போராட்டம் ஓயப்போவதில்லை
சமூகம் ஓர் உண்மை உணர்ந்தே ஆக வேண்டும்
குழிக்குள் இறங்க கூலியை தேடாது
நம் சேர்க்கும் அசிங்கத்தை
நாமே சுத்தம் செய்ய கற்றுக் கொள்வோம்

சந்திரசேகரன் பாபு

குழம்பாக் கூலியின் மொழிகள்

குமுறல்களோ, குழப்பங்களோ
அரை நொடி அதை எண்ணியே நகர,
ஆண்டுதோறும் வேலையை நகர்த்த,
விடியலை நோக்கி
வியர்த்துக் கலைத்துக்,
கண்ணமூடா வண்ணம் உழைத்து,
உயிர் யாவும் உருகிய நிலையில்,
வாழ்வினை நிலை நிறுத்த,
மேகதேவதையின் தீர்த்தமாக மழைத்துளி இருக்க,
மின்விசிறியின் வனப்புகளாக குளிர்ந்த தென்றல்
கற்றிருக்க,
சிறகொடிந்த சிறைப்பறவை ஆனாலும்
சிலிர்க்க வைக்கும்
உழைப்பின் கணங்கள் கூலியின் கறைபடியாக் கரங்கள்!

தரங்கிணி முருகன்

குறை ஊதிய நிறைப் பணி பாவலர்கள்

அதிக பணிகள் பலவி(இ)ருக்க..!குறைந்த ஊதியமே
அதிலிருக்கும்!எவ்வேளை கிட்டினாலும்
அவ்வேளையை அயராது செய்வார்களே!
அன்பினால் உழைப்பை புகுத்தி,
ஆர்வமாய் அயர்ந்து உழைப்பார்களே!
காலத்தை கணக்கிலெடுத்தால் காண்கின்ற பணியோ
கசப்பாகும் என்பதால்
பசியை கூட மனதில் வைப்பார்கள்,காலத்தை
கனவில்கூட வைக்காது,காண்கின்ற பணியை
காலச்சிறப்போடு செய்வார்களே!
கூழ் மட்டுமோ குடித்து!
கூலியை மட்டுமோ பெற்று!
உள்ளத்தில் உறுதியுமாய்
உடல் முழுக்க வியர்வையுமாய்,
நேர்மையுமாய்
கூர்மையாய் பணியை செய்யும் பாவலர்களே கூலித்
தொழிலாளர்கள்!

நெல்லை சதிஸ்

கூடா கூலி

கூத்தனுக்கு கூலி தர கூற்றனுக்கும் ஆகுமோ!
எத்தனை துயரிலும் கூத்தாடி உண்பவன்
கூத்தினை மறப்பது சாத்தியம் ஆகுமோ!!
மத்தினை அம்மறவன் விட்டபின் ஐயகோ..
சுத்துதல் இவனுக்கு சாத்தியம் இல்லையே!
ஜெகம் இங்கு சுகமாக சுத்துதல் யாவுமே
யுகம் தாண்டி தொடரும் கூலியின் கூத்தன்றோ!
கூலியின் கயிற்றாலே ஜெகமிங்கு சுற்றினும்,
கேலிக்கூத்தாகவே இன்றும் கூலியின் வாழ்க்கை!!!
மாற்றார் மனமெங்கும் மாற்றங்கள் வருமென்று
கூற்றார் உரைப்பினும் கூலிக்கு வாழ்வில்லை
வலியுணர்ந்து காணுங்கள்,
அங்கே கூலிக்கும் வயிருண்டு!
கிலியுண்டு, தன்சார்ந்தார் வாழ்விக்கும் வழியெண்ணி!

Shobana Priya S

கூலி என்று ஆகுதே

பாதைகள் முழுதும் கற்கள் இருந்தும் மரத்துப்போன
கால்களே செருப்பாய் ஆகுதே!
உடுத்தும் உடையும் குடிசை
ஓட்டை அடைக்கும் கந்தல் ஆகுதே!
வறுமை கொடுக்கும்இன்னல் குடிசையின் கந்தல் கட்டிய
ஜன்னல்சாட்சி ஆகுதே!
உலைவைக்க அரிசியில்லை
பலநேரம் கோணிப்பை போர்வை ஆகுதே!
உண்ண உணவில்லை நாட்கள் மட்டும்
உருண்டு ஓடுதே!
உதிரத்தை வியர்வையாக கொட்டி உழைத்தவனுக்கு
குடிசை மிச்சம் ஆனதே!
இத்தனைக்கும் ஒருவேளை
கூழ்குடிக்க உழைத்தவனுக்கு
கிடைத்த பட்டம் கூலி!

Sivasakthi Nataraj

கூலிக்கார குரல்

விடியும் பகல் முடியும் வரை

வேர்வையோடு போராட்டம் தான்!

அரைவயிறு கஞ்சிக்கு

ஆள் உருக திண்டாட்டம் தான்!

ஒரு நாளு வேலைக்கு போலனா,

என் குடும்பம் ஒரு நாளு பட்டினி தான்!

நான் பெத்த புள்ள கைவீசி நடக்கோனும்னு,

நான் கைகட்டி நிக்கறந்தான்!

கையுந்தா காச்சிருச்சு..

காலுந்தா ஓஞ்சிருச்சு..

முதுகுந்தா வளஞ்சிருச்சு..

முட்டியுந்தா தேஞ்சிருச்சு...

ஆனாலும் கூலிக்கு தான் போறேன்னு

ஒரு நாளு கூச்சப்பட்டதில்ல!

செய்யும் தொழிலே தெய்வம்னு

Uthayakumar.M

கூலிச்சோறு

மொட்ட வெயில் சுட்ட நிலம்
வெட்டவெளி அடுப்பாக
ஊனி வெந்து பழுத்துப் போன
காலு தூண்டு துடுப்பாக
அழுந்தித் தேஞ்சு வளைஞ்சு நிற்கும்
எலும்பெல்லாம் விறகாக
பொதி சுமந்து விதி கழிக்கும்
மேலுடம்பு பாத்திரத்தில்
ஓடி ஆடி ஓஞ்சு போன
சுடு இரத்தம் உலையாக
கொதிச்சு, தவிச்சு, துடிக்குதே அந்த
நீலி கிழவி தேகமே!
கொஞ்சம் கூலி வந்து சோறானால்
கொதிக்கும் உலையில் வேகுமே!

Siva Salapathy .S

கூலித் தொழிலாளர்கள்

கதிரவன் வரப்போரானு - அங்கே

கதிர் அறுக்க நின்னுறுவான்

முண்டாசும் முடிஞ்சிக்கிட்டு - பக்கத்துல

கம்பங்கஞ்சி கட்டிக்கிட்டு வந்துருவான்

ஏரொன்னு கையிலெடுத்து - முரட்டு

காளை ரெண்டுல கட்டிருவான்

த.... பனு சங்கீதமெட்டெடுத்து - மென்மையா

பூ மாதிரி உழுதுருவான் முத்துமுத்து வேர்வைசிந்தி -

நிலத்துல

நித்தம் நித்தம் விதைச்சிருவான்

கூழையோ கூலியோ - கையால

கண் குளிர பாத்திருவான்

சாயங்காலம் ஆகிரும் - தென்றல் காத்தும் வந்து

வீசிரும்

அப்படியே கூலியோட - கடன்காரன

பார்த்திட்டு கடைக்காரன பார்த்திருவான்

வீட்டுக்கு மளிகையும் - குழந்தைக்கு

பொம்மையும் வாங்கிட்டு வீட்டுக்கு திரும்பிருவான்

M. Boobithalakshmi

கூலி தொழிலாளியின் நிலை

அன்றாடம் சென்றாலே பார்ப்பேன் ரூபாய் நோட்டேய்
கைகள் முழுவதும் காப்பு
முகமோ சோர்வு இருந்தாலும் சிரித்தேன் என்
பிள்ளைகளை பார்த்து அப்பா எனக்கு அது வேணும்
இது வேணும் என்றான் ஏன் மூன்று வயது மகன்
அவனுக்கு தெரியவில்லை என் கூலியில் உணவு
மட்டுமே உன்ன முடியும் என்று
கொரன காலமா ஊரடங்கு காலம்
உணவருந்த காலம் உண்டியல் உடைத்தால் என்
மனைவி இரண்டு நாளே குடும்பம் நடத்தினால் கூலி
வேலையும் போனது பசியும் வந்தது
இந்த கூலி தொழிலாளி வாழ்க்கை

இரா. கலைவாணி
எம்.ஏ தமிழ் கடலூர்

கூலித்தொழிலாளியின் இயல்பு வாழ்க்கை

உலகில் உயர்ந்தவர்கள் என்றும் கூலித்தொழிலாளர்கள்
ஆம்நிதர்சனம்!
பணம் இருக்காது ஆனால் நல்ல மனமும் குணமும்
இருக்கும்
பிரச்சனைகள் இருக்கும் ஆனால் நீடிக்காது
நிறைந்திருக்கும் உண்மையான ஆனந்தம்
இறைவனைத் தேடி ஆலயம் செல்லத் தேவையில்லை
கூலித்தொழிலாளியின் வீட்டில் குடி கொண்டிருப்பது
தான் ஒவ்வொருவரும் தேடுகின்ற இறைவன்
பொறுப்புடனும் பொறுமையுடனும் செயல்படுபவன்
ஆசைகள் நிறைய இருக்கும் அடைய முடியாது
சிறிய வருமானத்தில் நிறைய கனவுகள் நிறைவேறும்
உண்மையான அன்பையும் ஆதரவையும் காணலாம்
கூலித்தொழிலாளியின் உருவத்தில்
கூலித்தொழிலாளி இல்லையெனில் வயதில் எவரும்
உயர முடியாது
ஒவ்வொரு வளர்ச்சிக்கும் தொழிலாளர்கள் மட்டுமே
காரணம்
குறுகிய வீட்டிற்குள்ளும் கலகலப்பான ஒலிகளை
செவியால் உணரலாம் ஒவ்வொரு தொழிலாளியும்
மிதித்து வாழாமல் மதித்து வாழ்வோம்

கவிஞர் மகாலட்சுமி ராக்கியப்பன் திருப்பூர்

கூலித்தொழிலாளியின் குமுறல்கள்

அரைசான் வயிற்றை நிரப்ப தினமும்
கடும் உழைப்பால் நிரம்பிக்கிடக்கின்றோம்
வியர்வைத் துளியால் தினந்தினம்
உடல் சலவை செய்கிறோம் நாங்கள்
ஒருநாள் கூலியோ இங்கு ஊசலாட்டம்
அதனால் வாழ்வோ தினமும் திண்டாட்டம்
பின் வாழ்வில் எங்கே கொண்டாட்டம்..?
களைப்பாறும் நேரமெல்லாம் நித்திரையில் சென்றுவிட
பொழுது விடிய நிம்மதி உண்டோ..?
பொழுதுப் போக்க தான் நேரம் உண்டோ?
இருப்பினும் உழைத்திடுவோம் அயராமல்
குடும்பத்தின் காளம் களைய மாற்று வழியுண்டோ?
காலமெல்லாம் உழைத்திடுவோம் சளைக்காமல்
எங்கள் காளம் களையுமென்று!

ரா.சீனிவாசன்

கூலி வேலை!

குடிகார புருஷனுக்கு வாழ்க்கைப் பட்டு!
என் வாழ்வே இருண்டவீடு ஆனதே!
ஏழை மனைவியாய்! எழுதப்படாத ஓவியமாய்!
கண்ணீர் துளிக்கு! சொந்தக்காரி நானே!
கூலி வேலைக்கு கூலிக்குச் சென்றேன்! கூலி வேலை
செய்து முதுகெலும்பும்!
குறுகி குருத்தெலும்பு ஆனதே! என் உழைப்பை
சுரண்டி!
குறைவான ஊதியம் தந்தான் பணக்கார பண முதலை!
தாங்க வில்லை இதயமே!மாலைப்பொழுது இருள்சூழ!
குழந்தைகளின் வயிற்றுப் பசியின் அழுகுரல்!
அதிர்ந்தேன் நான்! ஒரு நொடியில் சமைத்து!
குழந்தைகளுக்கு வியர்வைச் சொட்டுடன்! சோறூட்டி!
கதைகள் கூறி பெருமூச்சு விட்டு! கண்ணுறங்க
படுக்கையில் சரிந்தேன்!
குடிகார கணவன் போதையின் உச்சியில்! அருகில்
வா!அருகில் வா! என வதைக்க!
கூலி காசை எடு!கூலி காசை எடு! என உளர!
தூக்கமும் கனவாகி போனது! கண்கள் குளமாகியது!
கண்ணீரால்!
இதுவே என் வாழ்க்கை வரலாறு! என் வாழ்வு
இருளாலே சூழ்கிறது!

ப.செல்வராணி

கூலியாகிய நான்

இரண்டனாவாய் மதிப்பற்ற கண்கள்
மண்சுவராய் அரிக்கப்பட்ட பற்கள்
கூழுக்கு பலக்கப்பட்டு சுவையிழந்த நா
ஒட்டி ஒட்டி ஒடுங்கிய வயிறு
நரம்புகள் ஒவ்வொன்றும் இற்றுப்போன கயிறு
துருப்பிடித்த கம்பிகளாய் எலும்புகள்
ஆங்காங்கே வருமையின் தழும்புகள்
மெலிந்து நலிந்த உடல்
இருந்தும் பயனற்ற உறுப்புகள்
இத்தனைக்கும் மத்தியில்
அட்டையாய் முதலாளி
சட்டைக்கூட வழியில்லா
சத்தமிடக்கூட தெம்பில்லா நானோ
சக்தி ஊறும் கூலி தொழிலாளி
இப்படிக்கு கூலியாகிய நான்

ஞாழல்

கூலியின் ஆசை மகள்

ஏனுங்கண்ணா காபி தண்ணி குடிக்காம வெடிய
காலைல எங்கதான் போறீங்க?
நானும் பொழுதினிக்கும் தேடுற எங்கதான் போவீங்க?
கஞ்சி கூட குடிக்காம போனா பொழுதோடதா வாரீங்க!
எங்கதான் போறீங்க?" "பெரிய படிப்பு படிக்க
ஆசப்படுது புள்ளையினு
அண்ண மச்சா மாமங்கூட சண்ட புடிச்சு
அசலூருல விசாருச்சா ஆயிர ஆயிரமா செலவாகும்னு
சொல்லறானுங்க!
கூலிக்கார கழுத உன்ற மகளுக்கு படிப்பு கேக்குதானு
கேக்குறானுங்க!
நீ படி தாயி; நா படிக்க வைக்கற:
களத்துலயு சூலைலயையு வார கூலியில பொழுதுக்கு
ஒரு மிஞ்சும்
பின்ன உங்க ஆத்த நகைநடட்டுனு சொச்சோ சேந்தா
போது; எது எப்பிடியோ
இந்த கூலிக்காரனோட மக தான் படிச்சு நல்ல
சோலிக்கு போச்சுன்னு
ஊரே பேசறத கேட்டுட்டுதா என்ற சாவு!"
அத்தனையும் மனசுல நெனச்சுகிட்டு
"கொஞ்சோ கஞ்சி ஊத்து அம்முணி"

மகிழினி

கூலியின் எண்ண கூற்று

அடிச்சு பிடிச்சு பத்து ரூபாய்க்கு,
நாளும் ஓடி ஓடி உழைச்சு தானே பாக்குறோம்
செல்வந் தேடி.
நித்தமு பாடுபட்டு
வேர்வையில அல்லல்பட்டு
ஒத்தவேளை மட்டும் சாப்டு
ஒத்தத்துணிய துவச்சுடுத்தி
தூக்கமுமில்லாம, கனவுமில்லாம
வேதனைகள சுமக்குறதுக்கு
எதுக்கு எனை கூலியா படைச்ச...?
வாழ்க்கை முழுசு பாடா படுத்தவா..?
கல்லு மண்ணு சுமந்து நாங்க கடுமை படுறோ கல்லு
மனசு படச்சதுக
உழைப்புக்கேத்த கூலி தாரதில்ல...
காலைல இருந்து சாயந்திரம் வர காட்டு மேட்ட சுத்தம்
செய்யுற ஏழை கூலி தொழிலாளியோட
இரா நேர சோத்துல கல்லுதா...மிச்சம்

கவியருவி பா.சரவணன்

கூலியின் ஏக்க வரிகள்

வேகமாய் சுழன்று கொண்டிருக்கும் இப்பூமியில்,
சொகுசு வாழ்க்கை வாழும் பகட்டானவர்கள்,
சில்லறை சேமித்து வாழும் நடுத்தரமக்கள்,
இவர்களுக்கு மத்தியில், வியர்வையை உதிரமாக்கி,
உடல் தேய்ந்தாலும், உள்ளம் சோர்ந்தாலும்,
அரைவயிற்று பசியுடன் கூலிவேலைக்குச் சென்று,
உழைத்து, சரியான ஊதியம் பெறாமல்,
வீட்டில் காத்திருக்கும் மனைவியிடமும்,
குழந்தையிடமும்,
என்ன கூறுவது?யென்று யோசித்து, மனம்
சோர்வடைந்து,
வீட்டிற்கு வரும் அனைத்து கூலியின் கூற்றோ
ஒன்றுதான்,
உரைக்கிறேன் கேளுங்கள்! என் உடலினை
இயந்திரமாக மாற்றினேன்
என் கடின உழைப்பினை உரமாக்கி,உங்கள்
அனைவரையும் இயங்க வைக்கிறேன்! பண்டிகையன்று
உங்கள் வீட்டிலோ கொண்டாட்டம்,
ஆனால், உழைக்க செல்லவில்லை என்றால்
அன்றும் எங்கள் வீட்டிலோ திண்டாட்டம்! இலவசமாக
எதற்காகவும் ஏற்கவில்லை,உரிய வேலையும்,
போதுமான மதிப்பும்,
வேலைக்கேற்ற கூலியும் கிடைக்க ஏங்கி
கொண்டிருக்கிறேன்!
எங்களின் ஒரு நாள் வாழ்க்கையை வாழுங்கள்,
பிறகு அறிவீர்கள் இக்கூலியின் கூற்றை!

மா.நந்தினி

கூலியின் குரல்

நித்தம் நித்தம் நாங்கள் சிந்துகிறோம் வியர்வை
என்னும் இரத்தம் அனைவருக்கும் கேட்கிறாதா
இக்கூலியின் சத்தம்
எம்மீது இருக்கும் சுமை என்றுதான் தீரும் எம்
நிலைமை என்றுதான் மாறும் உழைப்பின்றி உட்கார்ந்து
ஊதியம் வாங்கும் எந்திர மனிதா உம்மை காட்டிலும்
எம் வாழ்கை இன்பமே ஆடம்பரமில்லை அதனால்
ஆகும் அநாவசிய செலவுகளில்லை ஆறடி
அரண்மனையில் நிம்மதியாக வாழ்கிறோம் உமக்கு
உன்ன பலவித உணவிருப்பினும் ,எம் பழசோற்றிலுல்ல
ருசி உம் உணவில் இல்லை எம்மிடையே
போட்டியில்லை பொறாமையில்லை பகிர்ந்து கொண்டு
வாழ்கிறோம் உடுத்த உடையில்லாவிடினும்
உம்மைபோல் ஒட்டுத்துணி அணிவதில்லை
ஓட்டையினை ஒட்ட வைத்தே அணிகிறோம்
எறும்பைப் போலே உழைத்திடும் கூட்டம் நாங்கள்
எம்மை மதிகாவிடினும் மிதிகாமல் இருந்திடுங்கள்
நீங்கள்
பழிப்போடும் உலகினிலே பலுவையும் சுகமாய்
சுமக்கிறோம் விஞ்ஞான வளர்ச்சியால் நாங்கள்
யாவரும் பட்டினியில் தவிக்கிறோம்
விடியும் பொழுதெல்லாம் எம் விடியலுக்காக
காத்திருக்கிறோம் அதிகாரக்கூட்டமே,
ஆடம்பரக்கூட்டமே எந்திரம் இயங்காவிட்டால் உமக்கு
தேவை இத்தினக்கூலி என்பதை சிந்தையில்
பதித்துகொள் உன் அதிகாரம் என்னும் ஆடை ஒரு
நாள் அவிழும் என்பதை அறிந்துக்கொள் எவரையும்
கொன்று வாழாமல் எதையும் பகிர்ந்து வாழ
பழகிக்கொள்

V.S.Kaarthikvel

கூலியின் கொண்டாட்டம்

மரம் நட்டு! மூட்டைத் தூக்கி!

மணல் சுமந்து! பூக்கட்டி!

சலவை செய்து! சமையல் படைத்து!

அவன் வாங்கும் கூலியில் மாலை பலகாரம் உண்டு,

தாயின் முந்தியில் தலைசாய்த்து,

கூரைத் தென்றலில் கண்ணுறங்கும் அவன் குழந்தை!

இது தான் கூலியின் கொண்டாட்டம்!

மாடமாளிகையில் பிராந்திய உணவு உண்டு,

செயற்கை காற்றில் சொகுசு மெத்தையில்,

தனியாய் உறங்கும் குழந்தைக்கு ஏனோ

அக்கொண்டாட்டம் கிடைப்பதில்லை!

கூலியில் வாழும் கூலிக்காரனுக்கு அவன் வாங்கும்

கூலி தான் குறை!

அவனுக்கு கூலி தரும் தனக்காரனுக்கோ

வாழ்க்கையின் வசந்தத்தில் குறை!

கூலியின் வசந்தம் வறுமையிலும் மனம் தொட,

குறையான வாழ்க்கை வசந்தத்தில் செல்வந்தன் என்றும்

ஏழை தான்!

காவியா செங்கொடி

கூலியின் கூலியாகுமே

நரை வந்த வயதில் நலிந்து போன தேகம்!
உழைப்பின் வினையாய் உருவான கைகாய்ப்புகள்!
இவை காட்டும் வறுமை குணத்தில் கிடையாது!

மாதம் முழுவதும் செலவில் கட்டுப்பாடாம்!
கையிலும் சட்டைபையிலும் தெரியும் சிக்கனம்
சிதறி சிரிக்கும் சிரிப்பில் இருக்காது!

வயிற்றின் கொள்ளளவுபடி அளந்துபோடும் அரிசி
இரவில் மின்விசிறியாகும் தாயின்சேலை முந்தானை
இவை குறைஎன தோன்றினும் நிறைவான
பொழுதாகுமே!
மடியில் கனமில்லா வழியில் பாரமில்லா
நிம்மதி வாழ்வதுவே
கூலியின் கூலியாகுமே!

மாயாதி

கூலியின் சராசரி வாழ்வியல்

அதிகாலை எழுந்து மிளகாய் கடித்துக் கொண்டே
கஞ்சி குடித்து
துண்டை மேலே போட்டு அதுவே துணையாக
கிளம்புவார்
வியர்வை துடைக்க பலுவை சுமக்க தலைக்கு இதமாய்
எல்லாமும்
அந்தத் துண்டே தொழிலை செவ்வனே செய்தாலும்
போதாத கூலி வலி சுமந்த இதயம் வலிப்போக்க
குடியை மறந்த குடி
இதுதான் வாழ்க்கை...இதான் வாழ்க்கையா?
ஆதியில் கூலிக்கு ஆபத்தை உண்டாக்கும் முதலாளி
நெருக்கடியில் பொருளை கொடுத்து சூழ்ச்சி நாடகம்
செய்து ஆண்டவன் ஆகிறான்,
குறைந்த கூலியாள் அடிமைப்பட தொடர்ந்து காட்டும்
விசுவாசம் தீர்க்கும், நன்றி கடனால் நிம்மதியிழந்து
நகர்கிறது வாழ்க்கை தலைமுறைகள் கடந்து
அரை ஜான் வயிற்றுக்கு தீனியாக, அவமானத்தை
வாங்கி
ஆசைகளை நறுக்கி நிம்மதியினை கழுவி
அவமரியாதையினை துழாவி
சகிப்புத்தன்மையால் தினம் தினம் நிறைந்து வளர்கிறது
கூலியின் வயிறு கூலியின் உழைப்பு வியர்வையாய்
கசிந்தது, ரத்தமாய் உதிர்ந்தது
நேற்றும் இன்றும் ஆனால் நாளை!

டோக்கியோமகேஷ்

கூலியின் மகிமை

வடிச்ச கஞ்சியின் வாசமது போகாம கெடச்சதக்
கொண்டு வயித்த நெரப்பிக்கிட்டு
நமக்கும் பொறக்கும் காலமுனு கால்கடுக்க
வரப்புலையோ இல்ல கெடச்ச வேலைய ஒருபோதும்
பாரமுன்னு நெனக்காம
வியர்வை வடிய வேலையும் தான் பாத்துப்புட்டு நீ
வாங்கித் தந்த மிட்டாயின் இனிப்பு இப்ப நெனச்சாலும்
இனிக்குதப்பா!
இதுதான் அப்பா வாங்கிய கூலியின் மகிமையோ!
எனக்கொன்னுனா துடிச்சுப் போவா...என்னயத் துடிக்க
ஒரு போதும் விட்டதில்ல!
உன்ன புடிச்சு நடக்கும் முந்தானைப் புடிதான் உன்
கூலி வாங்கிய கையில் வடிச்ச கஞ்சின் சுவையோட
இனிக்குது நெஞ்சுக்குள்ள!
இதுதான அமமா வாஙகிய கூலியின் மகிமையோ!
ஏறாத படியெல்லாம் எனக்காக கால் கடுக்க ஏறிபுட்டீக!
எல்லாரோட எகத்தாளப் பேச்சையும் தான்
தாங்கிக்கிட்டீங்க!
யார் என்ன சொன்னாலும் எம்மகள் வருவா பெரிய
ஆளா னு படாத கஷ்டமும் தான் பட்டுப்புட்டீங்க!
அதோ வரா உங்க மகள் ன்னு கை காட்டி ஊர்
சொல்ல...நான் உழைச்சு வாங்கிய காசது சிரிக்குது
ஆனந்தமா!
இது தான் கூலியின் மகிமையோ!

சுவேதா.கண்ணதாசன்(இளவேனில்)

கூலியின் வலி

மஞ்சள் மேகம் மோகம் சூள
வான் மேகம் மழை பொழிய
காட்சி இல்லா பிம்பத்தில்
காய்ந்த மேனி கரு மேனியாக

தொட்டில் தாலாட்டு மரத்தடியில்
தொய்வில்லா உழைப்பு சிந்திய வியர்வை துளியில்
வலித்த நாட்கள் வறுமை பிடியில்
ரசித்த நாட்கள் ஏதோ ஒன்று

கனவுவோடு பயணம் காற்றிலே கரைய
குடும்ப வாழ்க்கை கண்ணீரில் மிதக்க
தினம் தினம் வயிற்று போர்
வாழ்க்கை போர் ஊதியம் ஒன்றே தீர்வு
உழைப்பு என்றும் சிறந்த வாழ்வு.

மு. முஹம்மது உமைர்

கூலியின் வழி

பிறக்கத்தான் வைத்தாயே
இறைவா கூலியாக
பிறக்கத்தான் வைத்தாயே
வலியோரை படைத்தாயே
இறைவா - எளியோருக்கு
வலியை தரத்தான் படைத்தாயா?
வாழ்ந்துபார் எம்வலியை
முற்பிறவியெனும் பதில் வேண்டாம்
வலியோரும் வேண்டாம்
எளியோரும் வேண்டாம்
கூலியும் வேண்டாம்
வலியும் வேண்டாம்
சமமாய் படைத்துவிடு
இல்லையேல் எமை
பிரம்மனாக்கி விடு

Shanmugasundaram Rajah

கூலியின் வாய்மொழி கூற்று

பஞ்சுமிட்டாய்யை பார்த்தேன் ,பசி ஆறிவிட்டடது.
பாப்கார்னை பார்த்தேன் ,படம் முடிந்துவிட்டது.
பிரியாணியை முகர்ந்தேன் ,
விருந்துக்கே சென்றுவிட்டேன்.
பீட்சாவை ஒரு கடி கடித்தேன்,
பார்ட்டியிலே பாடிவிட்டேன்.பாற்கடலை பார்த்தேன்,
உலகச்சுற்றுலாவே போய் வந்துவிட்டேன்.
ஓட்டைச் சட்டையில் ஒட்டியிருந்த பத்துரூபாய்க்கு
விண்வெளியவா விலைக்கு வாங்கமுடியும்?
எல்லாம் என்னைப் படைத்த பரமன்
என் தலையில் எழுதிய விதி என்று எண்ணி,
பயணத்தை தொடர்ந்தேன்.
நடந்தது என்னவோ நடந்துவிட்டது
இனி நடக்கப்போவதாவது நன்மைபயக்கட்டும்.
பாமர ஏழை நான், பகற்கனவு காண்பது
ஒன்றும் புதிதல்லவே

பா.கவுசிகா (பார்கவி)

கூலியின் வாழ்க்கை கூற்று

நாள்தோறும் விடிந்து விடுகிறது
வானம் மட்டும் விடியல் வராமலேயே
காலம் கழிந்து விடுகிறது கூலியின் வாழ்க்கையில்
உழைப்பவன் முன்னேறுவான்
இக்கூற்று விதியானால் இவன் வாழ்க்கை விதிவிலக்கு
விலைவாசி என்னவோ
ஆயிரக்கணக்கில் தான் ஏறிக்கொண்டிருக்கும்
இவன் ஏற்றிய நூறு ரூபாய்க்கு
பேரம் பேசிக் கொண்டிருப்பார்கள்
பெரிய பணக்காரர்கள் எல்லாம்
உழைத்த களைப்பில் தூக்கம் வருகிறது
நிம்மதிதான் வருவதில்லை
காலைவேளையில் கந்து வட்டி கொடுத்தவன்
வாசல் வந்து விடுவானோ
என்ற பயத்திலேயே
எல்லா இரவும் கழிகிறது

இராகுல் கலையரசன்

கூலியின் வேலி

இங்கே கூலி இல்லா நாடில்லை ஆனால் இங்கே
கூலியை கேலி செய்கிறார்கள்
இங்கே முதலாளி என்று கெத்து கூறினாலும்
தொழிலாளி இல்லா முதலாளி இல்லை
ஊரெங்கும் உழைக்கும் உழைப்பாளி தனக்கென
உழைக்காமல் நாட்டிற்காகவும் வீட்டிற்காகவும்
உழைக்கிறான்
இங்கே இருக்கும் ஒவ்வொரு முதலாளியும் முதல்
உழைப்பாளியே
இங்கே உழைப்பின் பெருமையை பேசாவிட்டலும்
அதை தவறாக பேசாதீர்கள்

Murali E.k

கூலியே இவன் வேலியா

வியர்வை சிந்தியதால்
விளைந்தது நெல்லும்
விடியல் காண முடியவில்லை
விதைத்தவன் வாழ்வில்...
கண்டது எல்லாம் கூலிக்காரன் என்ற கேலி வார்த்தை
ஒன்றைத்தான்...
வேலியில் சிக்கிக்கொண்டு
வேதனை அடைந்து வெளிச்சம் இன்றி
இருளில் வாழ்கிறான்...முழு நேர உழைப்பில்
கையில் வந்த பணமும்
கரைகின்றது வீடு செல்லும் முன்...
உறங்காமல் உழைத்தும் உணவும்
அவன் வயிற்றை நிரப்பவில்லை...
கடன் செலுத்தியே காலமும் சென்றது...
ஏன் இந்த நிலை என்றே
வாடும்... வாழும் தொழிலாளி
கூலித் தொழிலாளி

Soundhirarajan.s

சாலையோர தொழிலாளிகள்

சாலைபயணத்தில் தாகம் எடுக்க தேடுகிறார்கள்
மாளிகை பானக் கடையை, ஏன் மறக்கிறார்கள்
சாலையோர கடையின்
இளநீரையும் பழசாற்றையும்,
ஏன் அவையெல்லாம் தாகம் தணிக்காது என்ற
என்னமா அல்லது
மாளிகைக் கடைகளின் கவர்ச்சிகர வண்ணமா.
அதற்காக நட்சத்திர உணவகங்களில் பசிதீர்க்க
வேண்டாம் எனவில்லை,இரவில் நச்சத்திரத்தையே
பொழுது போக்காக கொண்ட ஏழை மக்களின்
பசியையும் தீருங்கள் என்கிறேன்.
மரத்தடி கிழவி கடை செம்புக்கூலும்,
மல்லி இலை தூவிவிட்ட மோரும்,சுவையினில் என்னை
மயக்கியது,
கிழவியின் அன்போ என்னை விழததியது,
இதுபோன்று சாலையோரத்தில் அத்தியாவசிய
பொருள்களை விற்றுப்பிழைக்க நினைத்த குடும்பம்
வியாபாரமின்றி வறுமையில் வற்றுகிறதே!
வாங்கிய கடனின் வட்டி ஏறுதே! வட்டிக்காரர்
சத்தத்தில் குடும்பக்கௌரவம் இரங்குதே!
சாலையோரத்தொழிலாளிகளுக்கு கைக்கொடுப்போம்,
நம் தேசத்தின் பொருளாதாரத்தை மாற்றியமைப்போம்

கு. முகேஷ் ராஜா

சிக்கன சித்தாள்

கஞ்சி காச்ச அரிசி வாங்கி
பசிக்கு கொஞ்சம் பொட்டனம் போட்டு
பச்ச மிளகா காது வெச்சு ;
கால் கடுக்க நடைய போட்டு
கட்டடக்காரர் மொட்ட வீட்டுக்குப்
மொடைய தள்ளி போறேனே!
ஜல்லி கலவ காலமும் நிக்க
கொஞ்ச கடமைய சேர்த்து கலந்து
சுறுசுறுப்போட சுமக்கிறேனே! சுட்டெரிக்கும் வெயிலுல,
சொட்டி நிக்கும் வேர்வைய தான்
முந்தானியில துடைக்கிறேனே!
முகம் சுளிச்ச முந்தானைக்கு
மாலையில பணமுடிச்சு போடுறேன்னு,
சத்தியத்த சொல்லுறேனே!
சிரமப்பட்டு சேர்த்த காச சிக்கனமா செலவு செய்யும்
சித்தாள் நான் தானே!

மு. சந்தியா

சிறந்தவன் நீயடா

என் பிள்ளை உணவு உண்ண,
நீ சேற்றில் கால் வைத்தாய்!உன் வாழ்க்கை உயர,
உயரமான கட்டிடத்தில் பணிப்புரிந்தாய்!
நாம் நாட்டின் தூய்மையாக,
பாதாளத்தில் நாற்றத்தை தாங்கிக் கொண்டாய்!
நீ பெறாத கல்வியை,
உன் பிள்ளைகளுக்கு தந்தாய்!
உன் பிள்ளை கனவை சுமக்க,
நீ முதுகில் மூட்டை சுமந்தாய்! என் உணவு உப்பால்
ருசிக்க,
உன் உடம்பை அது உருகி வதைக்கிறது!
நான் பட்டு புடவையில் அழகாய் மின்ன,
நீ மெழுகு போல உருகுக்கின்றாய்!
நூறு நாள் வேலை திட்டத்தில் வந்தும்,
உன் சோகம் குறையவில்லை! உன்னை பற்றி கவலை
பட,
நவீன உலகில் மக்களுக்கு நேரமில்லை!

அ.ர.கவிதா

சுமை தூக்கி

தோலில் சுருக்கங்கள்
வரும் வரை
சுமை தூக்கியே
வாழ்ந்தவன் இவன்
இன்றுவரை
மலக்குழிக்குள்
மன்றாடிக் கொண்டுதான்
இருக்கிறான்
சமூகத்தின்
முரண்பாடுகளால் இன்னும்
முன்னேற்றம் காணாமல்தான்
இருக்கிறான்
வறுமை மட்டும்தான் இவர்கள்
வாழ்க்கையை வரையறுக்கிறது
நடைபாதையில் இடமிருப்பின் இன்பமாய்
வாழ்கிறான் இல்லமாக்கி

மணிராஜ். பா
(zhagaram_raj)

சுமையின் நாயகன்

உச்சி வியர்த்து மணந்து நிற்கும்,
சுமை ஏந்தும் நாயகனிற்கு;
உதட்டு முறுவல் அவிழ்ந்து வீழும்,
துணையாள் அவளின் பார்வைக்கு;
அள்ளி பருக அமுதம் தோற்கும்,
சேய் நல்கும் முத்தத்திற்கு;
அந்நாள் ஊதியம் விலைமதிப்பற்றது,
நாளைய பண்டிகையின் புத்தாடைக்கு;
நித்தமும் சுமக்கும் கூலி பணி,
விடுமுறை அன்றோ மனையான் பதவி;
அனல் தூவும் செய்யோன் சாரல்,
ஒத்திகை நாடகம் வேனல் காலத்தில்;
மாடங்கள் நிறைந்த மாளிகை குடிசை,
மாக்கோல அன்னதானம் கூலியின் வாசலில்;
ஒரு நாள் கனவு, பல நாள் உழைப்பு
கூலியின் குடிசை, மனையான் மாளிகை!

ரஞ்சனி பழனிசாமி

சுள்ளி

மொத்தச் சொந்தமும் சொத்தும் இதுவே!
சுள்ளிப் பொறுக்கி விற்போம்!
சேர்ந்தச் சுருக்குப்பைக் காசெடுத்துக் கஞ்சி
காய்ச்சிக் குடிப்போம்! காலெடுத்து எட்டி
நடைப் போட்டு ஏழூருக்குச் சுத்தி வாரோம்!
எல்லா ஊரும் சொந்த ஊர்--
எல்லா சனமும் உறவுமுறை! சாலையோர வாழ்க்கை
முறை!
சலிக்காம உழைக்கும் வரை,சங்கடங்கள் கடந்த நிலை!
வானமே கூரை! நிலமே படுக்கை! காலநிலை மாறும்!
என் கண்மணிகள் வளரும்!
வாட்டும் மழை நாளும் வாடைக் குளிர் காற்றும்
தணலாய்த் தகிக்கும் பகலவனும் --
தாங்கொணாத் துயர் தாராளமாய்!
என்றேனும் விடியல் எமை
எட்டிவிடுமென நம்பிக்கை ஏராளமாய்!
எங்கள் நாளை விடியலை நாடி நடைபயணம்!

ச. மங்கையர்க்கரசி

தடைகள் கடந்து உழைக்கும் மாந்தர்

சூரியனை முந்தி எழுந்திடும் வேகம்!
குருதியைச் சிந்தி உழைத்திடும் தியாகம்!
இரும்பைப் பிடித்து காய்த்த கைகள்!
சோகம் நிறைந்த ஈர விழிகள்!
மூட்டை சுமந்து முதுகும் வலிக்கும்!
வாசல் குழந்தை சிரிப்பால் மீட்கும்!
உழைத்த பணத்தில் வியர்வை மணக்கும்
குடும்பச் சுமைகள் மனதில் கணக்கும்
ஆளை அத்தும் திண்ணைத் தூக்கம்
சுயமாய் உழைத்துத் தன்னைக் காக்கும்
வெயிலில் நின்று தேகம் கருகும்
பசியை அணைக்க அடுப்பு எரியும்
சுட்டிக் குழந்தை புத்தாடை கேட்கும்
கூடுதல் வேலை பார்த்துக் கொடுக்கும்
கூலித் தொழிலால் வாழ்க்கை நகரும்
வலிகள் நிறைந்த பயணம் தொடரும்!

சி. வேல்முருகன்

தன்னலமில்லாத முதலாளி இவன்

விடியற்காலை பொழுதில் கடலளவு கஷ்டம்
கண்முன்னே தோன்றினாலும் தன் பிள்ளையின் சிறு
புன்னகையின் தாக்கத்தினால் ஒளி பெற்று அந்த
ஒளியை பல மடங்கு அவனுக்கு தர தன்னால்
முடிந்ததைச் செய்ய இந்நாளன்றி என்நாளும் தான்
கூலி தொழிலாளியாக உழைக்கத் தயார் என்று
கைரேகையும் தேயும் அளவு கடினமாக உழைப்பான்....
குடும்பத்திற்கு வெளிச்சம் கொடுக்க இவன் இருண்டு
போவான்
தன் வியர்வைத் துளிகளை முதலீடாக செய்யும் ஓர்
கூலி தொழிலாளி இவன்
ஓர் தன்னலமில்லாத
முதலாளி இவன்!

Padmapriya Chinnaram

தினக்கூலி

சேற்றிலே உழன்று வெயிலிலே உலர்ந்து வியர்வை
கலந்து பார்த்து பார்த்து வாழ்வுக் கனவுகளில்
விழுதிறக்க எத்தனிக்கிறேன் என்னைப் போன்ற ஒரு
தினக்கூலியின் புலம்பலை.....
பட்டாடை உடுத்தி பார்ப்பதற்கு அழகாகவும்
இருப்பதில்லை அவனுக்காக ஒரு மண் குடிசையும்
சொந்தமாக வைத்ததும் இல்லை இரவில் உறங்க
சென்றால் அவனுக்கு உறக்கமும் இல்லை காலையில்
எழுந்தவுடன் காரில் செல்ல ஆசையும் இல்லை
அதைத் துடைக்கும் வேலையாவது தினமும்
கிடைக்குமா? என்பதே அவன் ஆசை.....
கஷ்டங்கள் எல்லாம் கவலைகலாய் தேடிவர ஓடி
ஓடி கட்டினோம் மாடி வீடு - ஆனால் நான்
இருப்பதோ தெருமுனையில் ஒரு வாடகை வீடு இந்த
நிலையும் ஒரு நாள் மாறும் - அந்த திருநாள்
விரைவில் வந்து என்னை சேரும்.

தங்கத்தமிழன் கவி சிற்பி ச. குணசேகர்

தினக்கூலி செய்பவன்

வியர்வை சிந்திய நிலமெல்லாம்
வளர்ந்து நிக்கிது நெல்மணியாய்
வயல் முழுதும் விளைந்து கிடைக்கிது அரிசி
பொன்மணியாய்
மிராசு தாரர் மவுசு மிதமிஞ்சிக்கிடக்கும் ஊருக்குள்ளே
வயலில் இறங்கி வேலை பார்த்த தினக்கூலி
கால்கடுக்க களைபிடுங்கிய போதும் காலமெல்லாம்
காய்ந்து போன வயிற்றுடன் நாத்துநடுது விவசாயத்தின்
வேறுக்குள்ளே
சோறுபோடும்
தெய்வம் இறங்கி ஊருக்காக தேர்
இழுக்குது சேறுக்குள்ளே.

ஸ்ருதி, மயிலாடுதுறை

தொழிலாளி

தான் உண்ட உணவை குப்பையிலிட்டுவிட்டால் தன்
கையே எடுக்கமறுக்கிறது
ஆனால் உணவு உண்டவனின் கழிவையும் தன்
கையால் அகற்றுகிறான் ஒருவன்
உலகுக்கு உணவளிப்பதே ஒற்றை நோக்கமென
இன்னும் விதைத்து செத்துக்கொண்டிருக்கிறான் ஒருவன்
எதிரி எமனாயினும் தன் நாட்டிற்கே தன்னுயிர் என
எல்லையிலே நிற்கிறான் ஒருவன்
மரணித்தாலும் மன்றாடிக்காப்பேன் என உயிரையும்
பொருட்படுத்தாத ஒருவன்
வியர்வை சிந்தும் எந்திரமும் இவன்தான்
எந்திரமும் இவன் உழைப்பைக் கண்டால் கண்ணீர்
சிந்தும்
இருந்தும் ஏனோ இவன் சோதனை எலியாகத்தான்
சரண்டப்படுகிறான் இவனால் உயர்ந்த முதலாளிக்கு

சி.நாகராஜ்

தொழிலாளர்களின் புகழ்

தொழிலாளி உழைப்பின் உண்மையான முதலாளி
அவன் படும் கஷ்டங்களை வெளிகாட்டாமல்
வெளி உலகத்திற்கு இன்பம் மட்டும் குடுப்பவன் அவன்
குடிப்பது அரை வயிற்றுக் கஞ்சி என்றாலும்
கண்களிலும் குடும்பத்திலும் இன்பம் மட்டும் கடலளவு
இவர்களுக்கு இணையாக இறைவனையும் சொல்லலாம்
அவன் மழை தருகிறான் இவன் வேர்வை என்னும்
மழையில் நனைந்து மற்றவர்களுக்கு இன்பம்
தருகிறான்
விடு குடிசையாக இருந்தாலும் இன்பத்தில் அது மட்டும்
கோபுரம் போல் தெரியும் சிறு சிறு சந்தோசங்களுடன்
இறைவனே இருக்க ஆசை படும் உள்ளமும் இல்லமும்
கொண்ட உயர்ந்த மனிதர்கள் அவர்கள் இவர்களை
கொண்டாடுவதற்கு நமக்குத்தான் நேரம் பத்தவில்லை
ஆனால் தினமும் அவர்கள் கொண்டாடி கொண்டு தான்
இருக்கிறார்கள் நம்மை நாம் அவர்களை ஆனந்த
படுத்தா விட்டாலும் அலட்சிய படுத்த கூடாது
வேலைக்கு சென்றால் தான் கூலி என்றாலும் இவர்கள்
வாழ்வில் சந்தோசம் குறைவின்றி இருக்கும் அன்றாட
வேலை செய்யா விட்டாலும் அன்றைக்கு செய்யும்
வேலையை முழு மனத்துடன் செய்கிறவர்கள் இவர்கள்
எப்போதும் வேறுபாடு இல்லாமல் ஒற்றுமையை
தருப்பவர்கள்

M.Kamatchi

தொழிலாளி தெய்வம்

ஓட்டம் நின்றுவிட்டால் ஓடும் சக்கரமும்
ஓய்வெடுக்குமோ
பாட்டு நின்றுவிட்டால் குத்தும் முள்ளும்
குதுகலமாடுமோ
மழைத்துளி ஓடி கடலில் கலந்ததோ
வேர்வைதுளி ஓடி உப்பாய் படியுமோ
முண்டாசு அழித்துவிட்டால் முதலாளி வாடுமோ
காசு கொடுத்த கைகள் எல்லாம் காய்ந்து போகுமோ
உன் பாரம் குறைந்துவிட்டால் குடும்ப பாரம்
ஏறிவிடுமோ........
மூட்டை தூக்கும் முதலாளி நீயே
முத்துக்கள் சிந்துவும் சிப்பியும் நீயே
கூனிக் குறுகும் முதுகில் சுமையோ
குடும்பச் சுமையை போக்கும் சாமியோ
தலையில் கட்டுண முண்டாசு துண்டோ
நீ இன்றி ஓடுமா சக்கர வண்டோ
முதுகில் குத்திய முட்கள் உடையுமோ
வலிகள் தாங்காமல் குருதி வடியுமோ
முத்துக்கள் சிந்தி வித்துக்கள் விளையுமோ
வேர் துளி காய்ந்து உப்பாய் படியுமோ......

மா. சிவக்குமார்

நடுத்தர வாழ்க்கை

கல் உடைத்தும் நிரம்பப்படாத வயிறு..!
வீதியோரம் பாடியும் கிடைக்காத வாய்ப்பு..!
சுமை தூக்கியும் இறங்காத குடும்பபாரம்..!!
வேலைகளை நாடி, தேடி தேய்ந்த கால்களும்..!
நடவுகளின் சேரில் ஊறிப்போன கால்களும்
நெல்லறுக்குகையிழலும் கரும்புவெட்டுகையில்
கரங்களை வெட்டி கொள்தலும்..!

கல்சுமந்து கட்டியபல அடுக்குமாடி வீடீருந்தும்
கதிரவனின் ஓய்வறையாகவும், மாரியின்தாய்வீடாகி
போகிறது எங்கள் *ஓட்டைகுடிசை இல்லம்*

பணங்களை பதுக்கி கொள்ள ஓடிகொண்டில்லை
அத்யவாசத்தை மீட்டிட அல்லல்படுகிறோம்
(தின கூலியில்)

Malathi Ramadoss

நறுமணம்

அறிவியல் படைப்புகளில் ஆண்டுகள் பல கடந்தாச்சு...
இயற்கையை மறதாச்சு இன்பத்தை தொலைசாச்சு...
ஈன்ற கடன் முடிச்சாச்சு இயந்திர வாழ்கையும்
இயல்பாச்சு...
உண்ணும் உணவில் ருசிமாண்டாச்சு உடுத்தும்
உடையுயில்
மானம் இழந்தாச்சு...
ஊர் சுற்ற ஆகாயத்தில் பறந்தாச்சு உன் வேலை
உனக்கு
ஓசத்தியா போச்சு என் வேலையும் எல்லோரும்
கேவலமாட்சு
ஏன் இந்த நிலை நின் கழிவு நாற்றம் மறைக்க என்
கரங்கள் நறுமணம் மறந்தாச்சு.....
ஐந்தாயிரம் தந்தாலும் ஐந்து கோடி தந்தாலும் என்
ஐவிரல் செய்யும் வேலையை மாற்றிட நின்
இயந்திரங்கள் கைவிரிச்சாசு...
ஒப்பனை செய்து நீ உன் வேலைக்காக செல்கிறாய்
கற்பனையிலும் எண்ணாத நாற்றத்தில் கால்வயிற்று
கஞ்சிகாக கைவைக்கிறேன்...
ஓவியம் வரையும் உன்னை உலகரிய வைக்க யாரும்
அறியாமல் என்னை இருள் சூழ்ந்த இரும்பு திரையில்
மறைத்து பிழைக்கிறேன்....
அத்தனையும் உனக்காக என் மகள் பெயரும் காற்றில்
நறுமணம் வீச.... நான் நாற்றத்தில் உன் பெயரை
மூச்சாக சுவாசிக்கிறேன்

ச.ஹரிஷ் ராஜா

நாணமான கூலிக்காரன்!

அடிச்சு பிடிச்சு அஞ்சு ரூபா, பிடிச்சு மடிச்சு பத்து
ரூபா -தினக் கூலிக்கு மாரடிப்போம் கல்லுடைப்போம்-
எங்க
குடும்பம் வாழ கூன் குறுகி நிற்போம்....
உச்சி வெயில் வேளையிலும் வேலை செய்வோம்....!
கும்மிருட்டைக் கண்பார்க்கும் கொசுவோடு
வாழ்ந்திருப்போம்...!
எளிதாக்கும் பசிமயக்கம்- எங்க இதயத்தைச்
சோர்வாக்கும்!
வியர்வையால் நனைந்திடுவோம் துடைத்துக்கொண்டு
உழைத்திடுவோம்...மூன்று வேளைச் சோற்றுக்கும்
படிப்புக்கும்...
மூட்டை முதுகில் தூக்கி நிற்போம்.... மனதை தாக்கும்
துயரம் மட்டும்
மரண பயம் காட்டி நிற்கும்...வேலைக்கு கூலி இல்லை
-அங்கே
கூலிககு வேலையில்லை யாரிடம போயுரைபபோம...!
கை காய்த்து போனாலும் -எங்க கடமையை இன்னும்
செய்யாமல் விட்டதில்லை.....
திறமைக்கேற்ற வேலை மட்டும் கிடைக்கவில்லை...!
ஆடி ஓடி உழைத்த காலம் மேலோங்கிப்
போனதய்யா...!
தள்ளாடும் கால்கள் இங்கு தப்பாட்டம் போடுதய்யா...!
சொத்து சுகம் எங்க கூட இல்ல..சொந்த பந்தம் ஏதும்
சேரவில்லை....!
ஆனா நமபிககை குறையவிலல-நாடடில எஙக
நாணயம் எதுன்னு தான் தெரியவில்லை....!

முனைவர்.பெ.தமிழ்ச்செல்வி குணசேகரன்

நான் பார்த்து வியந்த மனிதன்

காலை முதல் இரவு வரை...
கடிகாரத்தினும் வேகமாய் பயணிக்கிறான்!
காலச் சக்கரத்தை கடக்க...காலில் சக்கரம் கட்டி
ஓடுகிறான்!
உலகம் தொடும் வரையில் தன் சேயை
கருவில் சுமப்பவள் தாய் என்றால்...இவனோ
உயிருள்ள வரை தன் மக்களை கருத்தில் சுமந்தபடி
வாழ்கிறான்!
மனநலம் பேணத் தவறி...நிதமும்
மனஅழுத்தம், விரக்தி என நொந்துக் கொள்ளும்
மானுடர்களில்...மகத்தானவனாய் மனதின் மொழி
கேட்டு எட்டு வைக்கிறான்!
இவன் உடல் துவண்டு கண்டிருக்கிறோமே தவிர
இவன் மனம் துவண்டு கண்டதில்லையே...
இவன் பிள்ளைகளின் கண்கள் வழியே தான்
தன் கனாவை கண்டு மகிழ்ந்து கொள்கிறான்!
உடலை இயந்திரமாக்கி..உதிரத்தை வியர்வையாக்கி..
உழைப்பையே சுவாசமாக்கி வாழும் உழைப்பாளியே...
நின்னை கண்டு அனுதினமும் வியக்கிறேன்!!

சுபா

நிமிர்ந்த புனிதம்

காலம் எல்லாம் பட்ட துன்பம்
கவலை மறக்க எங்கே இன்பம்
கையில் பணம் நிற்க வில்லை
கண்ணீருக்கு மட்டும் ஏது எல்லை
பட்டினி அடுப்பு பாதி எரியும்
படுத்த பின்பே பசியும் தெரியும்
உழைத்த கைகள் உறக்கத்தில் நோகும்
உடுத்திய துணி அவமானத்தில் சாகும்
உதிரம் உறைந்து வியர்வை சுரக்கும்
உடலின் வலியை உள்ளம் மறக்கும்
அழும் பிள்ளை தொட்டிலில் சிரிக்கும்
அம்மாவின் மனம் அடிக்கடி மரிக்கும்
முதலாளி பார்வை மனதைக் கொத்தும்
முன்னேறிச் செல்ல நரம்புகள் கத்தும்
உழைத்து வாழும் உயர்ந்த மனிதம்
உலகை உயர்த்தி நிமிர்ந்த புனிதம்

சு.சோலைராஜா

நியாயம் தானோ?

ஏழையாக பிறந்தவனோ?
ஏட்டிலிடம் பிடிப்பவனோ? -ஆனால்
எட்டாத உயரத்தில் வைத்துவிட்டான் ஏணியையே
கூலியாக தெரிந்தவனோ?கூடாரத்தில் மலர்ந்தவனோ?
குறையோட ஆக்கிவிட்டான் மேனியையே
பாரபட்சங்கள் பார்க்காமல் ஒருநேரம் ஓயாமல் முழு
ஊதியம் கொடுக்கவில்லையே செயலுக்கு
பல இலட்சங்கள் கட்டியும், தன் இலட்சியங்கள்
கிட்டவில்லையே என் மவளுக்கு
ஒருநாளும் என் கண்ணும் சோறு பொங்க
காணலையே!
கொஞ்சம் கூட இன்னும் என் நிலை மாறலையே!
எட்டனாவ சுருட்டி வச்சு எட்டுநாளு இரை பாத்தும்
பசியறிய முடியலையே!
கனவால காலவச்சி கரண்டு சாக் அடிச்சுருச்சு, என்
பிணத்த எட்டி கூட ஒரு நாதி பாக்கலையே!...என்
குடும்பமோ குமுறலுல..... நிதி கேட்க
போனா?அரசாங்கமோ அடமானத்துல?
ஏழைச்சாவு.. ஓர் வீரச்சாவு

Ashokkumar

நெகிழ்ச்சி

மண் பட்ட கையில்
விண் தொடும் காலத்தை எதிர்நோக்கிக் கொண்டு.
உரையாட நேரம் இல்லா
உழைப்பிற்கு, ஊதியமில்லா வாழ்க்கையில்
நிரந்தரம் என்னும் சொல்லிற்கு
மனு கொடுக்கும் நடைமுறையில்
உணதாக அனைத்தும் எண்ணி
இனிதாய் பல சுமைகள் தாண்டி
உறவிற்காக முன் வந்து விலாசம் அறியா தொழிலினை
விடையாகப் பெற்று
முகம் மலர்ந்து, உணர்ந்து, சிவந்து வெளிப்படுத்தும்
அன்பான மனிதன்
பஞ்சத்தினால் தினம் தினம் தவிக்கும் கற்பனை புகா
கலைஞன்

A.Narmadha

நெசவு தொழில்

அங்கும் இங்கும் அலைந்து கொண்டு
ஆசை ஆசையாய் பாவு வாங்கி
இன்முகத்தோடு அதை சுற்றி
ஈரமின்றி தறியில் வைத்து
உயிர்மூச்சாய் இழைகளைப் பிணைத்து
ஊக்கமாக பட்டை எடுத்து
ஐம்பது முறை பிரிந்தாலும் - பட்டின்
எல்லை வரை அழகாய் சுற்றி
ஏணிப்படியாய் நாடாவில் கோர்த்து
ஒவ்வொரு முறையும் கையசைத்து
ஓராயிரம் முறை மிதித்து
அழகான ஆடையை
உருவாக்குகிறான் கூலித் தொழிலாளி

Naveena.K

நெடுந்துரம்

பட்டகடன் தீர்க்க பெட்டி படுக்கையோடும்
நீங்க நினைவோடும்
கனத்த மனதோடு உறவுகளிடம் பிரியாவிடை பெற்று
கப்பல் ஏறி ஒரு பயணம்.
பணம் திரட்டுவதற்காக குடும்பம் என்ற ஒற்றைச்
சொல்லை மனதில் சுமந்து உண்மை கதைகள் என்று
பொய்கள் பலத்தை நம்பி நான்.
வெளிநாட்டில் காலடி எடுத்து வைத்தவுடன்
புரிந்துகொண்டேன் இங்கு நான் ஒரு கொத்தடிமைதான்
என்று நம்பிக்கை வாக்குறுதிகள் மனதோடு கரைந்து
போக நாட்களை எண்ணிக் கொள்கின்றேன் நாடு
திரும்பும் நாளை எண்ணி.
குடும்பம் என்ற ஒற்றைச் சொல்லுக்காக தன்மானம்
இழந்து நிற்கிறேன் சில சமயம் பொங்கிவரும் சீற்றம்
கூட மகனின் என் மனைவியின் என் மகளின் நினைவு
கனவுகளில் கரைந்து போய்விடுட உணர்வற்ற ஜடமாய்
தலைகுனிந்து நான்.
என்ன செய்ய நான் ஒரு கூலித் தொழிலாளி

கார்முகிலன்

பசியோடு ஒரு ராத்திரி

அடுப்பில் வைத்த உலை கொதிப்பதற்குள் அரிசியோடு
வீடு திரும்புவேன் என்று சொல்லி விடியற்காலை
சென்றவன் சாமம் ஆகியும் திரும்பவில்லையாம்,
என்னவென்று பார்த்தால் அரிசி வாங்க காசு இல்லாமல்
கூலி வேலைக்குச் சென்று விட்டானாம் அந்த
மகாராசன்,
அன்று ஒரு நாள் மட்டும் தான் நாங்கள் பட்டினி, மற்ற
நாட்கள்??? பசி மறுத்துப் போக உயிர் பறந்துப் போக
என்று ஒரு கவிதை எழுதினால் அவள் பசியோடு
அந்த ராத்திரியில்.

P.Rithika

புலம்பல்

தினம் தினம் கஞ்சிக்கு
ஓடி ஓடி உழைத்து
ஆசை ஆசை பல மறைத்து
சிரித்து சிரித்து கடக்கிறேன்
பணம் பணம் கை சேர
நாழிகையில் அது கரையுதே...
நேசம் எல்லாம் நெஞ்சோடு உண்டு
வாழ்வின் வலிகளும் நெஞ்சோடு உண்டு
கரங்களில் உழைக்க வலிமை உண்டு
ஏனோ உழைப்பின் மட்டும் ஊதியம் மட்டும்
கரம் சேரா மாயமென்னவோ
காலங்கள் ஓடட்டும் காத்திருக்கிறேன்
விடியல் வாசம், வாசல் வர காத்திருக்கிறேன்
கைகளில் அச்சடித்த காகிதம் சுழல காத்திருக்கிறேன்
நடப்பவை மாயமாய் மறைய காத்திருக்கிறேன்
புன்னகையோடு பயணிக்கிறேன்
மீண்டும் அடுத்த நாள் ஓட்டத்தை ஆரம்பிக்க

Samcb - சாம்சிபி

பொய்யான நடிகன்

ஓயாமல் உழைத்து,
உள்ளம் சோர்ந்து,
உடல் மெலிந்து,
உயிர் பிரியும் தருணத்தில் கூட, கஷ்டப்பட்டு சேர்த்த
பணத்தை தனக்கு செலவு செய்ய மறுத்து,
குடும்ப வறுமையை மனதில் வைத்து, பிள்ளையின்
வாழ்க்கைக்காக தன் சுகத்தை மறந்து,
பொய்யான வேசத்தோடு வாழ்ந்து,
தன் ஆசைகளை அடக்கி வைத்து,
ஆனந்தத்தை அடகு வைத்துவிட்டு, நிலையில்லா
பணத்துக்காக தன்னையே அழித்து கொண்டு,
பொய்யான மகிழ்ச்சியோடு வாழும்,
ஒரு மெய்யான உயிரே
கூலித் தொழிலாளி

நாமக்கல் செந்தில்..

மண் பொம்மை செய்யும் பெண்

வண்டி நிறைய மண்வந்தது
வாழ மனை கட்ட அல்ல
மனதையும்,வயிற்றையும்
மறத்து போகாமல் ஆக்க
செய்தால்பல கடவுள்கள்,செம்மையாக
வண்ணம் கொடுத்தால் வானவில் கொண்டு
ஆனால் வறுமை வந்தது பல வண்ணங்களில்
தலையில் பல கடவுள்கள் இருந்தாலும்
தலைவிதி இதுதான் என புழம்பல் தான்
புன்னகையுடன் பல பொம்மைகள்
பூத்து குலுங்கின இவள் தலையில்
பெரியவர்கள் பெற்ற வரமா?சாபமா?
புரியாமல் கூழி தொழில் செய்து
மனையையும் மாளிகையாக்கும்
மங்கை இவள்

ப.ஹரிஹரன்

மனிதனின் வேர்வை முத்துகள்

புதினங்களாய் பிறப்பு எடுத்து
விதைகளாய் உன்னை தூற்றி
விதைகளை அறுவடை செய்து
விதைகள் போடும் போது பாடுதல்
இவை தான் தொழிலின் நடைமுறை
இதில் உன் வேர்வை முத்துகள்
உன் வேர்வைவே முத்துகள் என்பன
உன் முத்து தூளிகளே
மேகங்கள் பெய்யும் தூளிகள் என்பன
உன் வேர்வையே படற செய்தாய்
வாழ்வின் சிந்தனை யாளனே
உன் விதைகள் மலர்ந்தன
உன் விதைகள் மலர்ந்து அறுவடை
நாள் எப்போது

வெ அருண்குமார்

மாண்பானவன்

அவன் கருமி அல்லன்!!
கால்வயிறு கஞ்சி குடித்து
ஒட்டிய வயிறோடு கண்ணில் காற்றைத் தேக்க
குருதி முழுமையும் வியர்வையாய் வழிய
காய்ந்த தொண்டையும் கம்மிய குரலுமாய்
ஓயாத கைகளும் சலிக்காத கால்களோடும்
உழைத்தவன் உரிமைக்காய் உள்ளம் ஏங்கிக் கிடக்க
அரைசாண் வயிறு ஆகாச கூச்சலிடும்
தன் சிறு குடில் நோக்கி சிந்தனையை நிரப்ப
பெண்டு பிள்ளையை விழியில் நிறைத்தவன்
அந்திசாயும் வேளையிலும் ஆசுவாசம் கொள்ளாது
காத்திருந்தவன் கரமது நீளும் தன் பங்கு கூலிக்கு
உயர்ந்தவன் மாண்பன மானிடன் அவன்!

ஆ.சிவரஞ்சனி ரமேஷ்

முன் அனுபவம்

வயிறது தான் பசித்திருக்க
பாதி உடல் வெந்திருக்க
வீடு என்னைக் காத்திருக்க
மனமோ வெகுவாய் நொந்திருக்க
வேலையதைத் தேடித்தேடி
அடங்கியதோ என் நாடி
தகுதிகள் தான் பலவுண்டு
உழைத்திடவும் பலமுண்டு
ஆசை நிறைந்த மனமுண்டு
ஆயினும் அனுபவம் கேட்டிடும் இனமுண்டு
அஃதில்லையேல் எள்ளி நகைத்திடும் குணமுண்டு.
வீடு செல்லும் வெறும் கையின் வலியைத் தான்
அறிவீரோ
அதனை மறைத்துச் சிரிக்கும்
உணர்விழந்த என் மனதை நீர் காண்பீரோ
பசியும் வலியும் மட்டுமே நான் கொண்டிருக்கும்
முன்னுபவங்கள்

Santheep Kumar

மூலதனமும் கூலியுழைப்பும்

முதலாளித்துவம் தூக்கி வீசும் எலும்புத்துண்டு
பாட்டாளிக்கோ அதுவே கறித்துண்டு
சுரண்டியவன் பெயரிட்டான் கூலி என்று!
மூலதனத்தின் மீது பார்வை கொண்டோன்
கூலியிடம் என்ன சமரசம் செய்வான்;
கொளுக்க கொளுக்க வாழ்ந்தாலும்
கோவணம் தான் கொடுப்பான்
உழைப்பினால் வந்த வியர்வையின் விலையை
வேடிக்கை கூட பார்க்காத அவனே நிர்ணயிப்பான்;
அத்துணை பழங்களும் அந்த மரத்திற்கு எதற்கு
ஒரு குலுக்கு குலுக்குவோம்
பழங்களைப் பெற்றுச் சுவைப்போம்
சுரண்டலற்ற சமூகம் படைத்திடுவோம்
மூலதனத்தைப் படைப்பதே கூலியுழைப்பு தான்!
வருங்காலத்தில் புரட்சியால் அதை
பெற்றிடுவோம் நாம்! நம்பிக்கையுடன்!

கு.நந்தகுமாரி

வலியின் ஆழம்

உழைப்புக்கு கிடைப்பது கூலி தம்பி உனக்கிப்ப
தேவை சோளி.
விளைநிலமெல்லாம் காலி தம்பி விடியலுமிங்கே
போலி.
உழவுக்கில்லை வேலி என்ற உண்மையைச் சொன்னால்
காலி.
பனையிலொருவகை தாளி பணம் படைத்தவன் மட்டும்
ஜாலி.
முதலை வைத்தவன் முதலாளியாகுறான் தொழிலை
செய்பவன் தொழிலாளியாகுறான்.கூலி
வேலையில்லையென்றால் பல குடும்பங்கள் வயிறே
நிறையவில்லை.
ஒவ்வொரு நாளும் தினக்கூலி செய்யும் மனிதர்
பலகோடி.
ஆணுக்கு மட்டும் முழுகூலி இங்கே பெண்ணுக்கில்லை
சமகூலி.
பெண்ணியம் பேசும் தலைவர்களே உங்கள் கண்ணியம்
இங்கே உறங்குவதா.
வேலைவாய்ப்பை இழந்த கூலி உணவுக்கில்லை
என்றும் வேலி.
நாட்டில் நாளும் நாலுகோடி தினம் வேலைதேடி
அலையும் கூலி.

சங்கடம் நிறைந்த வாழ்க்கையடா தம்பி சலிக்காமல்
நீயும் வாழ்ந்திடடா. கூலிக்காரன் கோவப்பட்டால்
கோலமிகு வீதியில்லை.
கோபுரங்கள் எழுவதில்லை கோடையிலும்
தென்றலில்லை.
கொஞ்சுதமிழ் நாட்டினிலே மஞ்சளேதும்
விளையவில்லை.
கூலியின் திறமை போற்றுக கூலியின் கூற்றுவன்
ஓட்டுக.

ந.மு.மணிகண்டன்

வறுமையின் ஒருநாள் வாழ்க்கை போராட்டம்

கூலிக்கு வேலை செய்யும் கூற்றெல்லாம்,
ஒரு வயிறு கஞ்சிக்குத் தானே.
ஒரு வேளை உணவையும் உழைத்து உண்ணுபவன்
கூலி,
அதை கூலிக்கு மாரடிக்குறவன்னு உலகமே செய்யுது
கேலி.
இவன் சிந்தும் குருதிக்கு பூசவில்லை வண்ணம்,
அதற்கு ஊரே வைத்த பெயர் வியர்வை.
உழைப்பற்ற கூழித் திருடர்களின் நடுவே,
கூலியற்ற உழைப்புத் திருடன் இவன்.
சுமக்க முடியாத சுமையை கூட சுமக்கிறான்,
தன்னை எவரும் சுமை என்று நினைத்து விடக்கூடாது
என்பதற்காக.
வலியை மறைத்து வயிற்றை நிரப்ப,
தவியாய் தவித்து விதியோடு விளையாடும் போராளி.
ஒருநாள் வாழ்க்கை போராட்டம் ஈசலுக்கு மட்டுமல்ல,
இவன் போன்ற கூலிக்கும் தான்.

சதாக்ஷி.சி

வறுமையின் கொடுமை

நானோ வியாபாரி நாடறிந்த தொழிலாளி!
ஏனோ தெரியவில்லை ஏழையாக பிறந்துவிட்டேன்!
முத்தம்மா பெற்றெடுத்த முதலாவது மகனாவேன்!
குத்தம்மா தெரியவில்லை குடிசையிலே
பிறந்துவிட்டேன்!
வறுமையை ஒழிக்கத்தான் வணிகத்தில் ஈடுபட்டேன்!
பொறுமையை இழக்காமல் பொருள்குவிக்க
பாடுபட்டேன்!
குடிகார தகப்பனும் குடும்பத்தை மறந்துவிட்டான்!
கடிகாரம்போல் உழைக்கும் காலத்தில் பறந்துவிட்டான்!
பள்ளிக்கூடம் நாடாமல் பம்பரமாய் உழைத்துவந்தேன்!
துள்ளிவிளை யாடாமல் துணியைவிற்று
பிழைத்துவந்தேன்!
இருள்சூழ்ந்த என்வாழ்வோ இன்னும்கூட
முடியவில்லை!
பொருளீட்டும் என்வாழ்வின் பொற்காலம்
விடியவில்லை!
ஒருவேளை உணவுக்கே ஒருவாரம் உழைக்கணும்!
ஒருநாளும் தவறாமல் தெருவோரம் பிழைக்கணும்!
வறுமையின் கொடுமையோ வற்றாதென் உள்ளத்தில்!
முதுமையில் என்தாயோ முதியோர் இல்லத்தில்!

கவிஞர் தூயவன் (எ) ம.ஜ.சந்திப்

வயிற்றுப் பசிக்கான வாழ்க்கை

வயிற்றுப் பசிதீர்க்க ஒரு வேளை உணவுக்கு
ஓயாமல் உழைத்த காலம்....
காலையில் கலப்பை எடுத்தால் தான்
கால் வயிற்றுக் கஞ்சி.. வேலையற்ற நேரத்தில்
கொடைகூலிக்காரன் கூடத்தில்
வேலையேதும் கிடைக்குமா வீட்டில் அடுப்பு எரியுமா
என
காத்திருந்து கண்ணீரில் கரைந்த்து பசி.....
குருவிக் கூட்டு வீட்டில்
குடம்(ல்) நிறைய தண்ணீர்...கூலிக்காரன் பசியை
தீர்த்தது....
பண்ணையார் வீட்டு பிள்ளைகள்
பலகாரம் உண்ணையில் குடிசை வீட்டு குழந்தைகள்
பழங்கஞ்சிக்கு ஏங்கின....
பாமரன் பிள்ளைகளின் பள்ளி கல்வி
வெறும் ஏட்டு கனவாக மட்டும் ....
வாழ்க்கையுடன் போராடியே வருடங்கள்
கடந்துவிட்டது....
காலம் கணியும் ... கூலிக்காரனும் ஒருநாள் கோட்டை
ஏறுவான்...
காத்திருப்பின் கலிப்பில்....

சி.கார்த்திக்

வற்றாத வியர்வையுடன் வறுமைக்காக உழைக்கிறேன்

மாயாத வேலைக்கு கூலியாளாய் நிற்கிறேன்
மகிழ்வித்து அனுப்பினார் மாளிகைக்கார எசமான்
மகிழ்ந்த மனதுடன் மணவாட்டியை அடைந்தேன்
அடைந்ததும் அணைத்தேன் அன்பை வரவிட
அணைப்பில் அறிவாள் விடிந்ததும்
வெசனமில்லையென
விடியலில் கொடுப்பாள் வெங்காயமுடன் கஞ்சியை
மடக்கென்று குடித்துவிட்டு படக்கென்று கிளம்பிடுவேன்
நான் கடப்பாரையால் நிலத்தைப் பிளந்தால்
வெயில் வெப்பத்தால் என்னைப் பிளக்கும்
வற்றாத வியர்வையுடன் வறுமைக்காக உழைக்கிறேன்
களைப்பு என்பது மரத்துப்போன ஒன்றானது
துன்பம் என்பது நிரந்தரமல்லாத கூற்றானது
கூற்றைச் சேற்றில் இறங்கி விதைக்கிறேன்
இல்லாளின் கனவுகளை நனவாக்க முயல்கிறேன்

வெ.நந்தகிருஷ்ணா

வாழ்க்கை நாடகம்

அன்னாடம் காட்சியில தினம் தினம் வாழ்க்கை நாடகம்

ஓட..

அறுசுவை ஊரில் உண்டு-

மூணு வேலையும்

ஒரு சுவை மட்டுமே நாக்கில் உண்டு

நம்பிக்கையே உழைப்பில் வைத்திடுவோம்

நாடெங்கும் கூலிக்கு திரிந்திடுவோம்...

இழப்பதற்கு ஒன்றுமில்லை

தினந்தினம் பெறுவதெல்லாம் செல்வம் தான்

உழைப்பை நம்பி..

பசி ஓடச் சொல்ல

வாழ்க்கை ஓடுது மெல்ல கூலிக்கு..

ஆட்டம் பாட்டம் கொண்டாட்டம்

கூலி வாழ்க்கை திண்டாட்டம் பேய் மழையும் உண்டு -

திடீரென்று பெரும் தொற்று கண்டு..

வேகம் உண்டு வெறும் கையோடு உழைப்பிற்கு

மானமும் உண்டு வீரத்தோடு

வாழ்விற்கு

முகிலன்

வாழ்க்கையின் பயணம்

ஒரு வேளை உணவிற்காக
அல்லும் பகலும் உழைத்து
கண்ணீர் துளிக்கும் வியர்வை துளிக்கும் இடையே
வாழும் உயிர்களே....
உங்கள் வாழ்க்கையை மட்டும் ஏன் இத்தனை
வலிகளோடு
படைத்து விட்டான் இறைவன்...
உங்களின் வாழ்க்கை என்னும்
தொடர் பயணத்தில் மட்டும் ஏனோ விடுமுறை என்ற
ஓய்வு நாட்களே இல்லையோ......
உங்கள் வீட்டுப் பிள்ளைகளிடமே
அறிய முடியுமோ ஆசைகளை தியாகம் செய்வதால்
உண்டாகும் வலியை...
மண்ணிலிருந்து விண்ணையாளும்
அளவிற்கு அறிவியலும் தொழில்நுட்பமும்
வளர்ச்சி கண்ட போதும்
உங்களின் துயர் மட்டும்
தீராத பயணமாய் தொடர்கிறதே

ரேவதி பால்மாணிக்கம்

வியர்வை சிந்திய வித்துகள்

விதை போட்ட நாள் முதலாய் விண்ணப் பார்த்திருந்து
களையை எடுக்கவேண்டி கையைத் தொழுது
மழையைப் பெற வேண்டி மானதமைப் பார்த்து
வயிற்றுப் பசிபோக்க வயலைப் பார்த்து
வியர்வை நிலத்தில் சொந்த விலா எலும்பும்
துருத்திக் கொண்டு தெரிய மண்ணாய் பிறந்திருந்தா
மறுநாளே முளைச்சிருபகேன்.மனுசனாப்
பெறந்துட்டேனே
என்ன செய்ய விவசாயஞ் செஞ்சேனே
விளையலையே நீ விளையலையே
வியர்வை மட்டுமா சிந்தினேன் என்
உதிரத்தையுமல்லவா சிந்தினேன்
மழை பெய்ய வழி காட்டு பூமித்தாயே
புன்னகை பூக்க வைக்க நான் தொலைத்தேனே
எந்தன் பசி தூக்கம் தொலைத்தேனே,எனக்கு வறுமை
போகலையே
வாழ்வும் மாறலையே வாழவும் வழியில்லையே
வானம் பார்த்த பூமியானேன்
நான் வானம் பார்த்த பூமியானேன்

முனைவர் கவி சு.நாகவள்ளி
மதுரை

வியர்த்தொழுகும் அரண்

ஈன்றதுடன் நிறுத்தியிருக்கலாம்..
தோள் சுமந்து தேய்கிறான்,சுமை கடந்து உழைக்கிறான்,
கடமை உணர்ந்து பிழைக்கிறான்,நம் பசியடக்கி
ரசிக்கிறான்...
பசியடக்கியத்துடன் விலகியிருக்கலாம்..
கரம் தாங்கி பின்தொடர்கிறான்,மூட்டை சுமந்து
முயல்கிறான்,
வீட்டை அடைந்து துயில்கிறான்,அரணளித்து
களைக்கிறான்...
அரணுடன் அகன்றிருக்கலாம்..
துணை அமையும் வரை தாங்குகிறான்,வினை ஒழியும்
வரை ஏங்குகிறான்,
சேனை வந்தாலும் எதிர்க்கிறான் பெற்றவன் என்ற
பெயரில்,
வாழ்வை முடிக்கிறான் இறுதியில் யாவும் பட்டவன்
என்ற துயரில்..
என்றும் தீரவில்லை அவன் ஓட்டம்
இன்றும் மாறவில்லை அவன் வாட்டம்
உழைப்பாளியாகி வியர்வை சிந்தி காவலாளியாய்
குடும்பத்தை அணைத்து
அவன் அணைந்து விடுகிறான் ஒளி தந்த விளக்காய்

Abish SH

விடியலைத் தேடி

விடியல் வரும் முன்னே
விழித்தெழும் கூட்டம் இது.
அன்றாடம் வேலையில் தான்
அடுப்பு இங்கு எரியுது.
உழைத்து உண்ண உடலிலே வழு இருக்கு
உழைப்பிற்கு ஏற்ற ஊதியம்தான் எங்கு கிடைக்குது?
தினக்கூலி இல்லை என்றால்
திண்டாட்டமே தினமும் இங்கு.
ஒரு வேளை உணர்விற்காக
ஓயாமல் அல்லும்பகலும் உழைக்குது.
ஈரத்துணியை வயிற்றில் கட்டி
பசியை இங்கு போக்குது.
வேதனைகளைச் சுமக்கின்ற விழிகள்
விழிமூடியும் தூக்கமின்றி தவிக்குது.
நிலை மாறுமோ? இந்நிலை
என்று தான் மாறுமோ?

உயிர்த்தெழு நதிய

விடியாத விடியல்

கூவும் குயில்களும், கூவாச் செல்கின்றன, இவன்
ஆழ்குரல் கேட்டு குடும்பம் நடத்த, கூலிக்கு ஆனான்
உரிமைக்காரனாக
இன்னல்கள், மின்னல்களாய் தாக்க ,தாங்குகிறான்
இடிகளை,இதயங்களிலே!
நிலவை ரசிக்க, நேரமில்லை இவனுக்கு
நட்சத்திரங்களுக்கு, நாளும் உழைப்பதாலே!
கதிரவனின் அழகை, கண்கள் காணவில்லையே!
வேகும் வெயிலிலே, வெந்து போகிறானே
ஒரு நாளாவது உயர்ந்து விடுவோம் என்றே
ஒவ்வொரு நாளையும் உதறித் தள்ளுகிறான்
இவன் கவலைகள் கண்டு, காகிதமும் கண்ணீர்
வடிக்குமே
அக்காகித காசிற்காக, கவலைகள் கொள்கிறானே
அனுதினமே
இரவும் பகலும் ஒன்றே, இவன் வாழ்விலே!
உழைப்பின் மகத்துவம், அறியவேண்டும் உன்னிடமே!
ஏனோ, பிழைப்பிற்கு அர்த்தம் தெரியவில்லையே!
விடியல் மட்டும் எதிரில், வரவே மறுக்கிறதே
எதிர்பார்க்கிறான், இவ் நொடி முதலே!

மஞ்சு. கி